नारदीय भक्तिसूत्रे भावधारा

रश्मि ए बापट

First Published in January 2022

ISBN: 978-93-5472-939-3

BLUEROSE PUBLISHERS

www.bluerosepublishers.com

info@bluerosepublishers.com

+91 8882 898 898

Cover Design:

Geeika Kandari

Typographic Design:

Pooja Sharma

Distributed by: BlueRose, Amazon, Flipkart

श्री गणेशाय नमः
श्री कुलदेवता नमः

प्रस्तावना

भक्ती मार्गातील अखंड आनंद सर्वांना मिळावे व एक अभ्यास ह्या दृष्टीने नारद भक्ती सूत्रे अभ्यास पर व्याखानमाला सुरु झाली आणि आता त्याचेच विवरण लिखित रुपात मांडण्याचा प्रयत्न करीत आहे ह्या पुस्तक बांधणी रूपातून *नारद भक्तिसूत्रे भावधारा *,जणू हा ज्ञान , भक्ती, कर्म पर अमृताचे हे सिंचन सदगुरू कृपा आणि दैवी योगने आपल्या पर्यत पोहोचत आहे .

सद्गुरू कृपेने आणि मातृ भक्ती ने मिळालेली प्रेरणा आणि आराध्य देवता श्री गणेश व कुलदैवताला वंदन करुन, ती शक्तीच निर्विविघ्न पणे आपल्या कडून करवून घेत असते तसाच काही भाग इथेही आहे. कर्ता वक्ता श्रोता श्रीहरी आहे . त्यां गुरुमाउलीला हे लिखित अर्पण आहे .

आषाढी एकादशीला सुरु झालेली हि भक्ती गंगा पांडुरंग कृपेने अवतरली आहे अवनीवर भक्ती सिंचन करायला अशी प्रेरणा घेऊन हे लिखाण पूर्ण होत आहे कार्तिकी एकादशी.

कृतज्ञता पूर्वक अर्पण

--------------------श्री हरी --------------------

मनोगत

नारदीय भक्ती सूत्रे भावधारा लिहिताना अनेक अडचणी आल्या व त्यावर मात करण्याची बुद्धी, शक्ती व युक्ती युक्त भक्तीही त्या श्रीहरी ने चं दिली आणि विघ्नहर्ता गणराया नि ती दूर केली.

त्याच बरोबर ज्या नारदीय सूत्रांच्या स्पष्टीकरण, अर्थ, गुह्यार्थ लाभार्थ संदर्भ, संदर्भासहित स्पष्टीकरण मिळवण्यासाठी बरेच शोध कार्य करावे लागले त्यामध्ये माझी एका प्राध्यापक मैत्रीण नि भेट दिलेले ग्रंथ पर पुस्तक'नारद भक्ती सूत्रे विवरण ' ह.भ.प.धुंडामहाराज देगूलकर हाती आलें आणि माझे संपूर्ण जीवन चं पालटले असे म्हणायला हरकत नाही. म्हणून आवर्जून त्याचा उल्लेख ह्या हृदय मनोगत सांगताना करावासा वाटतो.प्रमुख म्हणजे सूत्र ३८ मध्येच आल्यानुसार भगवंत कृपा आणि महत कृपा दृष्टी असावी लागते तरच ती भक्ती हृदयात शिरते आणि तशी दृष्टी प्राप्त होते व महत कार्य होते तसेच काहीसे इथे आहे. कर्ता वक्त श्रोता श्रीहरी चं आहे हे सुरवातीला म्हटलं आहे म्हणून अधिक मनोगत ने लांबावता सरते शेवटी माझे विद्यार्थी ज्यांच्या मुळे हे शोध कुरु शकले, सहकारी वर्ग ज्यांनी अनेक हातांनी मदत केली, विशेषत तांत्रिकी विषययात, योग मार्गातील सर्व गुरु जन, (अनेक गुरुवर्य असल्यामुळे सगळ्यांचा इथे उल्लेख करण अशक्य आहे), तसेच माझी प्रिय मैत्रीण जिने सतत माझे मनोबल वाढावायला मदत केली, माझे कुटुंब सतत पाठीशी राहिले आणि सरते शेवटी माझी आई जिच्या प्रेरणेने आणि मातृभक्ती युक्त ही भावधारा साकार झाली त्या सर्वांचेच अगदी मनापसून धन्यवाद.

तरीही आपणास विनंती आहे कि काही शब्द रचना अल्प विराम, स्वल्प विराम इ .व्याकरण रचना, संस्कृत रचना वा संदर्भ देताना चूक झाली अथवा सापडली तर जाणकारांनी, आपण वाचक वर्गांनी उदार पूर्वक माफ करावें व ही "नारद भक्ती सूत्रे भावधारा" आपल्या हृदयात सामावून घ्यावी.शेवटी असे म्हणावेसे वाटते.....

संत ज्ञानेश्वर नि जसं पसायदानात जे दुर्जन आहे, विकारी आहे, कामी आहे, त्याचा नाश होवो, न कोणा व्यक्तीचा वा समाजाचा दोष दाखवला नाही. उलट त्यांनी म्हटल्यानुसारच

जे खळांची व्यँकटी सांडो

तयां सत्कर्मी रती वाढो!

भुता परस्परे जडो,

मैत्र जीवांचे, दुरितांचे तिमिर जाहो!

विश्व स्वधर्म सुर्ये पाहो

'जो जे वांछील तो ते लाहो, प्रणिजात! -संत ज्ञानेश्वर.

'जो जे वांछील तो ते लाहो 'अशीच प्रार्थना त्या श्री हरीला करावीशी वाटते.

-------------सौ .रश्मी अ.बापट

अनुमोदन

सौ. रश्मि बापट हिने नारद भक्तीसूत्रांवर 'नाद भक्ती सूत्रे भावधारा' हा अत्यंत रसाळ व भक्ती वरचा ग्रंथ (ग्रंथा पेक्षा साहित्यात परिश्रम घेऊन लिहलेला शोध प्रबंध आहे) खूप बारकाईने वाचला. केवळ नारंदाचेच विचार नाही तर त्याना आधारभूत धरून संत ज्ञानदेवांसारख्या अनेक संत महंतानी मांडलेले विचिरही तीने (मी तीचा उल्लेख एकेरी नावाने करीत आहे कारण ती माझ्या गीता प्रवचनाचा येणारी एक अभ्यासू साधक होती म्हणून) खर तर तीला आदरानेच संबोधले पाहीजे इतकी विद्वत्ता तीची निश्चितच आहे. ह्या ग्रंथामुळे मराठी भक्ती साहित्यात आता चांगला भर पडला आहे. सर्वांनी अवश्य अभ्यासाला पाहिजे असाच हा ग्रंथ आहे.

योगीदास श्री. वसंत ना.मराठे.

श्रीमद भगवद गीता प्रवचनकार

ठाणे.

पूर्वसूत्र

जो विभक्त नाही तो भक्त !

जो भक्त नाही तो विभक्त!

--समर्थ रामदास

भक्ती हे नातच मुळी भक्त आणि भगवंताचे आहे .जप तप कर्म याग यज्ञ योग ध्यान ह्या सर्व कर्म अधिष्टीत कर्मात भक्तीच सामावलेली आहे , कधी सगुण रूप तर कधी निर्गुण रूप .कैवल्य, मोक्ष, उन्मनी ,सहजा, तुर्यगा, चित, शक्ती विलास, ब्रह्म स्वरूपिणी, अधिष्ठात्री आशय असलेली अशी वेद संकृती हेच सांगते कि सर्व जीव जन्तावांचा प्रवास हा कृमीज ,अंडज , उद्भिज , जारज ह्या क्रमे असाच होत आहे .

उत्क्रांती नुसार मनुष्य जन्म हा दुर्लभ मानला आहे भक्ती साठी , कारण ह्याच जन्मात नराचा तो नारायण होऊ शकतो अस श्रुती वचन सांगते. .'आने वाला युग कली युग हि भक्तियुग होगा ' परमहंस स्वामी सत्यानंद सरस्वती , बिहार स्कूल ऑफ योगा मोन्गेर ,बिहार येथे अस एका सत्संगात म्हणतात , आणि खरच आहे बघा ना माणसाला गरजा पूर्ण करतना शारीरिक ,मानसिक ,बौद्धिक आर्थिक व पारमार्थिक व्यापारातून त्याची जी ढवळाढवळ होते त्यातून फक्त शिल्लक राहते ती देवा- दिकावरची 'आस' –श्रद्धा आणि अशी एक अवस्था येते कि सगळे असूनही सुख समाधान शांती साठी तो सतत भटकतच राहतो . विमल शुद्ध अंतकरण होऊन परमेश्वराचे मुक्त चिंतन करीन असा जो गर्भावस्थेत संकल्प करतो तोच गर्भ योनीतून मुक्त झाल्यावर विस्मृतीत जातो आणि 'सो्हम' चा 'को्हम' नाद जपात त्याचा विराम होतो .अल्प असा दुर्लभ मनुष्य मात्र जन्म वाया जातो असे त्याला गर्भावस्थेत ज्ञात होऊन जाते – गर्भोपानिशादात पिप्पलाद ऋषि सांगतात.

श्रीमद भागवत महापुराणात एक कथा आहे विफल ,व्याकुंल दुखी झालेली भक्ती देवी ची .कली युगात भक्ती आचरण करायची तर ती

कुठे असा प्रश्न स्वतः भक्ती देवी भगवान नारयण यांना करते जेंव्हा तिचे दोन्हीही पुत्र ज्ञान आणि कर्म मृतवत होतात '.त्यावर भगवान उत्तर देतात " हे भक्ती देवी ! ह्या कली युगी जो माझे नित्य स्मरण करेल अश्या भक्ताच्या अंतःकरणात मी सदैव वास करीन ".

नारद मुनींच्या प्रस्तावा नुसार भक्तीचे पुनरुत्थान होण्यासाठी श्रीमद भगवद कथा श्रवण कीर्तन सप्ताह जागर व्हायला हवा आणि त्यानुसार सनकादिक- सनतकुमार हा सप्ताह विधी विधिवत उत्तर भारतात स्थापित करतात . हा अपूर्व असा सोहळा पाहण्यासाठी यक्ष , किन्नर ,राक्षस ,देवा दीक , मनुष्य , भूत सर्व चराचर सृष्टी साक्षी होऊन कृत कृत होते .असा भक्ती चा मार्ग खुला होतो .हि ' श्रीमद महाभागवत कथा साप्ताह' ह्या रूपाने आज सर्वत्र होत आहे ' "यस्य स्मरण मात्रेण जन्म संसार बंधनात ! " हे हि श्रुती वचन ह्या कथेचा बोध करून देते .

साक्षात देवर्षी नारद हे स्वतः ह्या भक्ती मार्गतले सर्वोत्तम अधिकारी आहेत व त्यांनी सर्व वेदांचे सार नारद भक्ती सुत्राद्वारे फक्त ८४ सूत्रातून सांगितले .हीच नारदीय भक्ती सूत्राची महानता आहे .

नारदीय भक्ती सूत्रे महानता

अप्लाक्षरं संदिग्ध सारवद्विश्वतोमुखम् ॥

अस्तोभमनवद्यं च सूत्रं सूत्रविदो विदुः॥

सुत्रराचनेत अक्षर थोडी अर्थपूर्ण ,संशय विरहित , कमी शब्दातून सर्व ज्ञान सार रूपाने आलेले असते च,तू ,वै इ निरर्थक शब्दाची योजना करण्यात येते पण ती हि ह्या सूत्रात नाही .

इतर भक्ती सूत्रे –

नारद महर्षी च्या आधीही भक्तीशास्त्रावर दोन ग्रंथ होऊन गेले .एक महर्षि अंगिरस यांचे देवी मिमांसा दर्शन (मध्य मिमांसादर्शन).हे युक्ती युक्त आहे .त्यात अनेक युक्तीच्या द्वारे भक्ती हे मानवाचे मुख्य कर्तव्य आहे असे पटवून दिले आहे.पण ते दर्शन विशेष प्रचारात नाही .दुसरे शांडिल्य यांचे 'शांडिल्य दर्शन ' जे सूत्रात्मक आहे .जे नारद भक्ती सूत्रात नमुद केले आहे (सूत्र -१८वे पाहावे) .पण भक्ति संप्रदायात हि सूत्रे विशेष रूढ झाली नाहीत .हि सूत्र संख्या १०२ आहेत पण त्यात सर्वअंगाने विचार झालेला नाही .भक्ती मिमांसा ह्या नावाने काशी मध्ये एक सूत्र रुपात पुस्तक प्रसिद्ध आहे.१०२ संख्या असलेली बोपादेवाकृत मुक्ताफल नावाचा हा ग्रंथ आहे त्यावर आधारित त्याची रचना झाली असावी असे वाटते .

तसेच 'परभक्तीसूत्र 'ह्या नावाने स्वामी हरीहारानंद कृत भक्ती सूत्रे आहेत .अवघी २६ संख्या असलेली अशी हि दोन्हीही सूत्रे नारद भक्ती सुत्राहून अर्वाचीन असावी असे वाटते .

ह्या उपर भक्ती -इतर खालील सूत्रे हि उपलब्ध आहेत व जी सर्व वेद, योग अभ्यासक ,साधक तसेच भक्ती मार्गी साधक ह्याना परिचित असावी. .

श्री गुरुभ्यो नमः

पूर्वमिमांसा- महर्षी जैमिनी वेद पूर्व भाग -९३६ .

उत्तर मिमांसा- महर्षि वेद व्यास- ब्रह्म सूत्रे -५५५.

पाणिनी सूत्रे – पाणिनी व्याकरण -३९५९

योगसूत्रे- महर्षी पतंजली .१९६

सांख्य सूत्रे – कपिल महर्षी –७२.

न्याय सूत्रे – कणाद गौतम ऋषी -५२८.

शिव सूत्रे –शैवागम -१४.

नारदाचा अधिकार व चरित्र

ब्रह्म्वैवर्त पुराणातील नारदाचे चरित्र

ब्रह्म देवाच्या कंठापासून नारद निर्माण झाले आणि सृष्टी उत्त्पती ची आज्ञा दिली पण नारदाने अमान्य केल्यावर 'उपबह्हण' नावाचा गंधर्व हो असा शाप मिळाला . त्यावर नारदाने उपवर मागून घेतला कि' कोणत्याही योनीत माझा जन्म झाला तरी हरिभक्ती सतत राहावी' .एका ब्रह्म सभेत गायन करत असताना एका रंभेच्या नृत्य अविषुकाराने कामविकार उत्पन्न होऊन मुन्चछा आली व ब्रह्म सभेचा अपमान झाला व आखणी शाप दिला कि गंधर्व योनी सोडून तू क्षुद्र योनीत जाशील .तेथे तुला भगवंताचा सामागम होऊन तू पुढील योनीत जन्म घेऊन माझा पुत्र होशील . महापुरुषांचा क्रोध हा जीवाच्या कल्याण करण्यासाठीच असतो आणि अश्या रीतीने नारद दासीपुत्र झाले .

अनेक योग तप साधना करून दासीपुत्र नारद ऋषी झाले आणि भगवतकृपा पात्रझाले .

तप साधना आणि भगवत्कृपा हीच भक्ती मार्गातील महत्वाची अंगे आहेत हे सूत्र ३८ मध्ये आलेले आहे .

अश्या आणखी हि काही कथा 'श्रीमद महाभागवादमाहपुराणात' आलेल्या आहेत .

तात्पर्य भक्ती हे कलियुगी जागृत होण्यासाठी मुखय्तः भागवतधर्म पुन्हप्रस्थापित करण्यासाठी केवळ भक्ती ची गरज निर्माण झाली आणि नारदीय भक्ती सूत्रे झाली .

भागवत धर्म श्रीमद भागवतात भगवान श्री .क्रिष्ण उद्धवाला सांगताना म्हणतात "मनुष्याने आपली सगळी कर्मे माझ्य्साठीच करावीत आणि ती करते वेळी माझे स्मरण करण्याचा अभ्यास हळूहळू वाढवावा .त्यामुळे त्याचे मन आणि चित्त मला समर्पित होऊन जाईल आणि त्याचे मन व आत्मा माझ्याच धर्मा मध्ये रममाण होईल "!.

मामेव सर्व भुतेषु बहिर्न्तरपावृत्तम!

ईक्षेतात्मनि चत्मानं यथा खममलाशयः! भागवद् महापुरण-११खन्ड-२९

अन्तःकरण शुद्ध करून माणसाने आकाशासारखे आत बाहेर परिपूर्ण तसेच आवरण शून्य अश्या मला परमात्म्याला सर्व प्राण्यामध्ये व आपल्यातही असल्याचे पाहावे .

हे निर्मल शुद्ध उद्धवा !

"जो फक्त ह्याच ज्ञान दृष्टीने सर्वांना माझेच स्वरूप मानून त्यांचा उद्धार करतो , त्याचप्रमाणे ब्राह्मण व चांडाळ , चोर ,व ब्राह्मणभक्त , सूर्य व ठिणगी तसेच कृपाळू आणि क्रूर अश्या सर्व ठिकाणी समान दृष्टी ठेवतो त्यालाच खरा ज्ञानी समजले पाहिजे .

जेंव्हा अश्या प्रकारे सर्व स्त्री पुरुषांच्या ठिकाणी माझीच भावना केली जाते तेंव्हा थोड्याच दिवसात साधकाच्या चित्तातील स्पर्धा ,ईर्षा,तिरस्कार आणि अहंकार हे दोष नाहीसे होतात .आपलेच लोक आपल्याला हसले तरी तिकडे लक्ष न देता लोकलज्जा व देह्दृष्टी सोडून कुत्रा ,चांडाळ ,गाय , गाढव इ .साष्टांग नमस्कार करावा .जो पर्यत सर्व प्राण्याच्या ठिकाणी माझी भावना निर्माण होत नाही तो पर्यंत अश्या प्रकारे मन व वाणी ,शरीराच्या द्वारा सर्व कर्मानी माझी उपासना करत राहावी "!

उद्धवा ! "अश्या प्रकारे जेंव्हा ईश्वर दृष्टी केली जाते तेंव्हा थोड्याच दिवसात त्याला ज्ञान होऊन सर्व काही ब्रहमस्वरूप दिसू लागते .अशी दृष्टी झाल्यावर सगळे संशय नाहीसे होतात .अश्या प्रकारे माझा साक्षात्कार घेऊन तो संसारातून विरक्त होतो .माझ्या प्रतीच्या साधनांमध्ये सर्वात श्रेष्ठ साधन मी हेच मानतो कि सर्व चराचरात मन, वाणी व शरीराच्या सर्व वृत्तींनी माझी भक्ति करावी" !

हे उद्धवा ! ह्या भागवता धर्माची एकदा सुरवात केल्यानंतर कोणतेही विघ्न आले तरी त्यात जराही उणीव राहत नाही , कारण हा धर्म निष्काम व निर्गुण असल्यामुळे मी सर्वोत्तम ठरवला आहे .इतकाच काय पण भय शोक इ .मुळे उत्पन्न होणारी पळणे, रडणे अशी निरर्थक कामे सुद्धा निष्काम भावनेने मला समर्पित केली असता ती सुद्धा धर्म

ठरतात .असत्य आणि नाशिवंत शरीराने सत्य आणि अमृतस्वरूप अश्या मला परमात्म्याला प्राप्त करून घेणे हाच बुद्धिवंताचा विवेक आणि हेच आत्म्यज्ञान्यांचे ज्ञान होय .ब्रह्म विद्येचे हे संपूर्ण रहस्य मी तुला सांगितले .अन्तःकरण पूर्वक हे जो जाणतो तो मुक्त होतो !".

नारद भक्ति सूत्रे *भक्ती स्वरूप व महात्म्य*

"प्रयोजन,प्रकल्प ,हेतू,संबंध स्पष्ट असेल आणि नियोजन उत्तम असेल तर इष्ट ते साध्य झाल्याशिवाय राहत नाही "अस गुरु वचन आहे .नारद भक्तिसूत्रे ह्या वचनाचे आपल्याला हे वेळोवेळी दर्शन करवतात. नारादांची भक्तीपर '८४' चौर्यांशी सूत्रे भक्तीच्या सर्व अंगाचा विचार मोजक्य शब्दात आपल्यापुढे शास्त्रीय स्वरुपात मांडतात तरीही ती अतिशय सोपी आणि रसाळ आहेत .त्यांच्यातील गोडी हि केवळ शब्दांची नाही तर प्रेमरसाची आहे .त्यामुळे अतिशय मोजक्या शब्द रचनेत व सर्व आशय समर्पक रित्या येईल अशी मांडणी देवर्षी नारद करतात .कोणत्याही तांत्रिक उपासना वा देवतांचा ह्यात उल्लेख न करता भक्ती रसापान अगदी साध्या व सोप्या शैलीत मोजकीच पण योग्य ती उदाहरणे देऊन कोणत्याही कर्म कांड वा जडजंबाल ज्ञान प्रवचनात नारद महर्षि अडकलेले नाही आहे.हेच ह्या ग्रंथाचे वैशिष्ठ्य आहे .

ह्यापूर्वी नारद महर्षींनी कर्मकांडपर 'नारदा स्मृती' 'नारद पांचरात्र' उपासना हे ग्रंथ पर लिखाण व भाष्य केले आहे.'शांडिल्य दर्शन' गूढ आहे, 'अंगिरस दर्शन शास्त्र' गूढ आहे ,नंतर ठेवलं भक्तीपर. भक्ती हा पर ब्रम्हाने नारदांना श्रीमद भागवत महापुराणत संक्षेपात सर्व प्रकारे निरूपण सांगितले होते पण तेच कलियुगात प्रत्येक माणसाला कळावे म्हणून "कलिना सद्दश लोके युगो नास्ति वरा नने!"म्हणून नारदांनी भक्ती देवीला केलेली प्रार्थना होती कि भक्ती प्रत्येकाच्या हृदयात प्रत्येक प्राण्याच्या थेंबात पोहोचविन तसा नारदांनी संकल्प केला आणि नारद भक्ति सूत्रांची रचना झाली.श्री .नारदांनी आपल्या सूत्रामध्ये भक्तीचे स्वरूप तिचे इतर साधनामार्गापेक्षा श्रेष्ठत्व , प्राप्तीची साधने ,फळ इ .सर्व अंगानी भक्तीचा विचार केला असला तरी सूत्रे रचताना त्यात त्यांनी सूत्राची प्रकरण नुसार किंव्हा विषयानुसार विभागणी केली आहे असे दिसत नाही पण त्यांच्या मांडणीत

एकसूत्रता,रसाळता, असिंधीग्धता आणि माधुर्य ओतप्रोत भरलेले आहे .ती विभागणी अश्या प्रकारे होऊ शकते –

श्री गुरुभ्यो नमः

विषयसूची

प्रथमोऽध्यायः परभक्तिस्वरूपम्

सूत्र पहिले-१
अथतो भक्तिं व्याख्यासामः!

अतः- आता, अथ -म्हणून ,मंगलवाचक, भक्ती- भजन, यजन, व्याख्या - निरूपण.

'अथ' हा मंगल वाचक ग्रंथाची सुरुवात "अथ" या शब्दांनी झाली आहे. मंगल वाचक याचा अर्थ आता यानंतर म्हणजे आधी काही सांगितले जसे 'नारदा स्मृती' आणी आणि' नारद पांच रात्री 'या कर्म व ज्ञान पर ग्रंथानंतर भक्ती सांगत आहेत .नारद भक्तिसूत्रे कर्म धर्म व ज्ञान एकत्र आधी सांगितली म्हणून फक्त केवलं भक्तीपर असे काही वाव्हे हि गुरूची आज्ञा पालन केली .भक्ती दोन प्रकारची एक साधन भक्ती, दोन श्रद्धा भक्ती जो गुरु के द्वारा मिलती है अंतःकरणशुद्धी नंतर तीसुद्धा भक्ती तिचे निरूपण नारद भक्ती द्वारा नारद महर्षी येथे सांगत आहेत.विशेषतः या दर्शन शास्त्रात त्यांचे अंतरंग सांगत आहेत.पहिले भक्तीचे बहिरंग सांगितले व नंतर अंतरंग.

सूत्र २-
सा त्वस्मिन परम प्रेम रुपा!

सा- ती भक्ती , अस्मिन- आपली , परम – अति उच्च, प्रेम – शुद्ध प्रेम, रुप- आकार, ती आपल्याच ठिकाणी असलेली परमोच्च प्रीती, परम प्रेम .

श्रीक्रिष्ण जे प्रेमाची पराकाष्ठा परानुराग आहेत ते स्वतः अनासक्त राहून, आपल्या प्रत्येक मुलावर त्यांचे प्रेम आहे . प्रत्येकाकडे अगदी बारीक सारीक लक्ष पुरवणारे हे तेच आहेत ,हेच आपण जाणाल आणि त्याचा मागोवा घेतला तर त्यांच्या वरच्या प्रेमात भान हरपून जाण जस मीरा , तुलसीदास, हनुमंत,. ... ह्यांचे झाले तसे आपले होऊ शकते .ती परम ,अति उच्च प्रेमाची अवस्था म्हणजे 'परम प्रेम 'होय .

संत तुलसीदास रचित ' रामचरित मानस – केवट प्रसंग ' एक कथा आहे .प्रभू रामचंद्र सीता माई वनवासात असताना गंगा तट पार करण्यासाठी भक्त केवट एक नावाडी ह्यांची गाठ भेट होते.तो नाव पार करण्यासाठी प्रभू रामचंद्रा चे चरण कमल धुण्यासाठी प्रार्थना करत असतो . तेंव्हा त्याना असे उत्तर देतो -

पद कमल धोइ चढाइ नाव न नाथ उतराई चाहौं

मोही राम राउरी आन दशरथ सपाथ सब सांची कहौ

बर तीर मारहुं लखनु पै जब लागी न पाय पाखरिहौ!

तब लागी न तुलसीदास नाथ कृपाळू पारू ऊतारीहौ!!

-- रामचरित मानस केवट प्रसंग --

तुलसीदास म्हणतात केवट ने श्री प्रभू राम चंद्राना गंगा तट पार करण्यासाठी त्यांच्या चरण कमल चे तीर्थ प्राशन करूनच मग नावेत बसण्याचा आग्रह केला .त्याची परम भक्ति बघून भगवान राम चंद्र केवट ला करुणा मय दर्शन व चरण तीर्थ प्राशन करण्याची कृपा बरसात करतात ,आणि केवट ह्या बदल्यात काहीही न घेता हा भवसागर तारून माझा बेडा पार करावा अशी विनंती करतो आणि कृपावंत होतो .केवठ सारखी भक्ती आणि प्रभू राम्चान्द्रासारखी परम प्रीती हे परम प्रेमाचं स्वरूप आहे .

सूत्र ३
अमृत स्वरुपा च !

अमृत – अनश्वर, नाश न होणारे ,स्वरूप- अस्वस्था , च- आणखीन

आता भक्तीचे अंतरंग .

तरंग उठतात ते समुद्रातूनच .ह्यातून प्रत्येक लहर म्हणायला लागली कि हे माझ आहे तर सागर कोणाचा ? पण भक्ती करणारा म्हणतो तोच सर्व काही आहे . भक्ती अमृत स्वरूप आहे . आयुर्वेदा नुसार दुध अमृत आहे , स्वर्गातले अमृत वेगळे आहे ,पण ते हि एक दिवस संपणारे आहे .सर्व देवतांनी प्राशन केलेले अमृत हि एक दिवस नाश होणारे आहे . नारदांनी सांगितलेले अमृत हे तत्व हे ना स्वर्ग ना मृत्यू लोकीचे आहे . जो हे प्राप्त करतो तो अमर होतो , अमृत रूप होतो.

असे हे अमृत कोणते ?

अ+ मृत- अमृत म्हणजे जे न संपणारे असे भगवत करुण , दया प्रेम रूप .उदा. रामायणात सीतेनेही राम नामाचे अमृत धारण केले .

श्री राम नाम सुमिरन भजे सो वही सकल काम काज पाविजे!- तुलसीदास.

कर्म , योग , ज्ञान मार्गात (भक्ती शिवाय) जी साधना होते (संप्रज्ञात, असमप्रज्ञत समाधी) ज्ञान – सप्त भूमिका (योग वाशिष्ठ) परोक्ष – अपरोक्ष ज्ञान ह्य सर्वा साठीही साधन जे सांगीतले आहे ते सर्व सामन्यासाठी कठीण आहे .ह्या मार्गाने गेल्यावर शेवटी साधन समाप्त होते म्हणजेच कर्म -कर्मयोगात , ज्ञान -ज्ञान योगात , आणि योग ईश्वर प्रणिधान तत्त्वात विलीन होते पण भक्ती द्वारे पोहोचाल्यावर साधनेतही भक्ती, सिद्धीतही भक्ती , आणि भगवंत हि भक्ती युक्त होतो .म्हणून भक्ती हि अमर आहे , मृत न होणारी आहे , अमृत स्वरूपा कार होते. अशी भक्ती प्राप्त झाल्यावर काय परिणाम होतो ?

हे पुढील सूत्राद्वारे बघु.

सूत्र ४
यलब्धवा पुमान् सिद्धो भवति अमृतो भवति तृप्तो भवति आत्मारामो भवति!

लब्ध्वा – लाभलेले , पुमान – पुरुष, तृप्तो – समाधानी , आत्मा रामी – स्वयं स्थित .

सिद्धी प्राप्त झालेला अधिक कोमल होतो मऊ लोण्यहून हि , तो सतत दुसऱ्याच्या उन्नती साठी झटत राहतो .त्याचे हृदय इतके सिद्ध होते जसा भात शिजवल्यानंतर मउ होतो , पक्क होतो आणि इतका मुलायम हि नाही कि वितळून जाईल , मोक्षातही असा तो सिद्ध होतो परिपक्व भक्ति. नारद मुनी ह्यालाच सिद्ध म्हणत आहेत .त्याला ब्रह्मानंदाचा लाभ अनंत काळासाठी मिळत राहतो .

अमृत चा दुसरा अर्थ मोक्ष असाही आहे , न मागताच मिळणारी मुक्ती

नामामृत गोडी वैष्णवा लाधली – ज्ञानदेव हरीपाठ !.

हीच अमृत गोडी आहे .

माझ्या ठायी धरिता ध्यान एकग्रता होता मन तेथ भोगलिप्सा सिद्धी जाण करिति नागवण साधका

-------नाथ भागवत १५ /१८५

ह्या सिद्धी परमार्थात विघ्न स्वरुपात असतात खरा भक्त सिद्धीच्य मागे लागत नाही .सिद्धीच्यामागे कोण लागतो त्याला श्री कृष्ण भागवतात उद्धवाला सांगतात-

जे नेणिति निज सुख ऐसे जे का केवळ मूर्ख

त्यासीच सिद्धीचे कौतुक अलोकिक भोगलिप्सा

-------नाथ भागवत १५ /२३५

सिद्धी मुक्तीच्या द्वारी येरझारा घालत असतात .सिद्ध भक्त जो तृप्त असतो ज्ञान , कर्म , योग , भक्ती मार्गी व ती अवस्था काय आहे तर

एकता – स्थिर – एकरस असते .भक्तीत प्रत्येक क्षण भक्ती रस वाढतच जातो ,पौर्णिमेच्या चंद्रा प्रमाणे. असा भक्त तृप्त , सिद्ध आत्मा रामी होतो

अद्वेष्टा सर्वभूतानां मैत्र: करुण एव च |

निर्ममो निरहङ्कार: समदु:खसुख: क्षमी || भ. गी १३||

सन्तुष्ट: सततं योगी यतात्मा दृढनिश्चय: |

मय्यर्पितमनोबुद्धिर्यो मद्भक्त: स मे प्रिय: || भ. गी १४||

"जो मन ,बुद्धी , अहंकार मला समर्पित करून निर्ममता , निरहंकार, मैत्री आणि करुणा युक्त भाव भक्त ,जो सुख -दुख च्या कोणत्याही क्षणी विचलित न होता दृढ समत्व ठेऊन नेहेमी संतुष्ट राहतो .तृप्त स्थितीत असतो ,आत्मा रामी तो भक्त मला प्रिय आहे."! भगवान श्रीकृष्ण .

.सूत्र ५
यत् प्राप्य न् किन्चित वाञ्छित
न शोचति न द्वेष्टि न रमते नोत्साहि भवति!!

प्राप्य – प्राप्त झाल्यावर , किंचित – थोडेसे , वंचित – इच्छा , द्वेष – द्रोह ,राग , रमते – रममाण, उत्साह – उत्सुक .

भक्ती प्राप्त झाल्यावर काय काय नाही होत ते सांगत आहेत .

भक्ती प्राप्त झाल्यावर भक्त कोणतीच इच्छा ठेवत नाही केवळ भक्ती कारण हेच राहते ,सकाम भक्ती पण असते .चार प्रकारचे भक्त भगवंताने श्रीमद भगवद गीतेत सांगितले आहेत .-आर्त ,जिज्ञासू,ज्ञानी व अर्थार्थी .

चतुर्विधा भजन्ते मां जनाः सुकृतिनोऽर्जुन ।

आर्तो जिज्ञासुरर्थार्थी ज्ञानी च भरतर्षभ ॥ भ.गीता .७-१६

कामना दोन प्रकारच्या आहेत एक चेतन व दुसरी जड .तिसरी कामना होऊ शकत नाही .जेंव्हा कामना होते तेंव्हा त्या वस्तू / व्यक्ती मध्ये मन गेले म्हणजे भगवान दूर झाले , म्हणजेच भक्ती नाही , एका सेकांदासाठी सुद्धा नाही .जोपर्यंत ती वस्तू मिळत नाही तो पर्यंत तो भक्त तोच विचार करत राहतो आणि भोग घेतानाही तोच विचार . जी कामना तीच उपासना होत राहते .कामना आहे म्हणजे आसक्ती आहे .आता ह्याच आसक्ती च्या ठिकाणी निरास्कात व्हाय्यचे आहे ,म्हणून ह्याच कामनांचा ,वासनाच भक्त त्याग करतो म्हणजेच त्या सर्व त्याच्या आराध्याला अर्पण करतो ,हाच अर्पण योग आहे .

वासना पाच प्रकारच्या स्पर्श ,रूप रस , गंध ,शब्द षड रिपू –काम ,क्रोध ,मद , मत्सर , भय ,चिंता आणि ह्याच इंद्रिय मार्फत सामन्य माणूस ईश्वराचे दर्शन घेऊ इच्छितो जे त्याला शक्य होऊ शकत नाही कारण ईश्वर ह्या सर्व वासना , कामना ह्याचं पलीकडे आहे .म्हणून भक्ती मार्गात नारद म्हणतात त्या सर्व कामना त्याग ले तरच भक्ती प्राप्त होते .

सुफी संत म्हणतात – “दौलत मिली है इश्क कि अब और क्या चाहिये!

वो चीज मिली है जिसे खुदा मिले !”

“जब मै था तब हारी नाही , जाब हारी है तो मै नाही !”-संत कबीर .

सामन्य जो तो ह्या षड रिपुना धारण करतो .

साधक जो तो ह्या षड रिपुना स्वता:च्या अधीन करतो .

संत जो तो ह्या सर्व षड रीपुचा अंत करतो .

महात्मा जो तो ह्या षड रीपुना आपल्या काबूत ठेवतो .

भक्त जो तो ह्या षड रीपुना आपल्या दैवताला /आराध्याला अर्पण करतो. .

पुढील सूत्रात हे विस्तृत पणे येते .

सूत्रे ६
यज्ज्ञात्वा मत्तो भवति स्तब्धो भवति आत्मारामो भवति

मत्त –स्तब्ध भाव समाधी , यज्ज्ञात्वा – ज्याने जाणले आहे ,

जी भक्ती जाणून जो मत्त स्तब्ध आत्मारामी झाला आहे , शांत झाला आहे .

पुराणातील एका कथा आहे , जग्न्नाथ पुरी येथे हि घडलेली .एकदा रोहिणी (बलरामाची आई) आणि गोपिका एका गर्भ गृहात चर्चा करत असतात भगवान श्री .कृष्ण त्यांचा सखा, त्याचं हरी कथेतील लीला आणि कथा, वृंदावनात घडलेल्या गोष्टी आणि त्यावरून भक्तीला मोठा रंग चढतो .त्याचवेळी तिथून कृष्ण - बलराम आणि बहिण सुभद्रा जात असतात.आणि तेही ह्या कथा आणि लीला गोपिकाच्या मुखातून ऐकण्यात मोठे तल्लीन होतात, मत्त होतात आणि स्तब्ध होऊन जातात .भगवान भक्तीच्या परम अवस्थेत पोहोचतात आणि आत्मारामी ते एकदम शांत व स्तब्ध भावातीत समाधीत जातात .आणि त्यांची अशी भावावस्था बघून बलराम आणि सुभद्रा हि तसेच तल्लीन होतात , समाधिस्त होतात . काय तो मनोहर भक्ती रसानंद असावा !, कारण हे दृश्य बघून स्वतः नारदमुनी हि स्तब्ध होतात .त्रिलोकातून आलेले नारदमुनी तिथे प्रकट होतात आणि प्रभूच्या चरणी साष्टांग दंडवत घालतात 'श्री. नारायणच' त्यांचे आराध्य, दर्शन घेऊन तृप्त होतात आणि विनंती करतात ." हे प्रभो , आपली हि भावविभोर अवस्था आपण सर्व जगाला दाखववावी "! म्हणून ते जगन्नाथ रुपात पुरी इथ स्थिर झाले आणि तेच आज जगन्नथपुरी होय .

संत वाग्न्मयीन (विराहणी), विराण्या ,सौरी (खैरिणी) इ .रुपकाचे जे अभंग आहेत ते मत्त स्थितीतील आहेत .भगवद प्रेमात जिथे रंगलेले हृद्य असत तिथे कोणाचीही भीड भाड नसते .

भक्त प्रहाल्द म्हणतात भक्ताच्या मत्त अवस्थेच्या योगाने सर्व कर्म बीजांचा नाश होतो .या भक्तीचा अंगीकार केल्याने तो आंतरयामी परमात्म स्वरुपाची प्राप्ती करून घेतो .प्रेमभक्ती रसातील रंगलेला भक्त असा स्तब्ध होतो ह्याला अपवाद ब्रजवासीय गोप- गोपिका हि नाहीत .

भागवतात ११-१२-१२ श्री.कृष्ण उद्धवाला सांगतात " समाधी अवस्थेत ज्याप्रमाणे योग्याला कशाचेही भान नसते ,तो निश्चल असतो , महासागरात गेलेल्या नद्यांना जस स्वतःच अस अस्तित्व उरत नाही त्याप्रमाणे ह्या गोप गोपिकांची अंतःकरणे श्रीकृष्ण प्रेम भावाने माझ्याच ठिकाणी एकरूप झालेली आहेत आणि गोपी आपला देह जीव व जगत सर्व काही विसरल्या होत्या .

सूत्र ७

सा न कामयमाना निरोधरुपत्त्वात!

सा – ती (भक्ती), कामयमाना – कामना रूप , निरोधरूप - नियंत्रण , नियमन .

भक्ती हि कामना रुपी नसून निरोध रूप स्वरूप आहे .भक्ती शास्त्रात भोक्तृत्व म्हणजे मी भक्त आहे , भजन -यजन करणारा आहे हा अभिमान हि नष्ट होतो ,आणि केवळ परमत्मा विषयी प्रेमच शिल्लक राहते ह्याला निरोध म्हटलं आहे. ह्याचाच अर्थ सामान्य मनासाठी हा कि कामना किंव्हा इच्छा होत नाहीत असे नसून त्या इच्छा , कामनेला भक्त ईश्वराला अर्पण करतो .घेरंड मुनी ह्याला 'भक्ती योग -समाधी' अस म्हणतात .

स्वकीये हृदये ध्यायेतैष्टदेवस्वरुपकं

चिन्तयेद् भक्तियोगेन परमाह्लाद पुर्वकं-

आनदाश्रुपुलकेन दशभाव प्रजायते

समाधिः संभवेतेन संभवेच्य मनोन्मनि!! (घेरंड संहिता १४-१५)

हे भक्ती योगा तील भाव भक्ती समाधी चे तंत्र सांगितले आहे ज्याद्वारे साधक विमल शुद्ध अश्या मनाने आपल्या इष्ट देवतेचे आपल्या हृद्य आकाशात ध्यान करताना भाव अश्रू वाहू लागतात आणि साधक तन मन चित्त एकाकार होऊन जातो आणि भाव समाधी लागते .*(हे योग तंत्र योग्य शिक्षक वा गृरू कडूनच आत्मसात करावे) निरोध जो इथे अपेक्षित आहे तो सहज योगाद्वारे होतो .हा सहज योग भक्ती मार्गात साधकाला अडथळ हि होऊ शकतो म्हणूनच नारद महर्षी पुढील सूत्र सांगतात .

सूत्र ८
निरोधस्तु लोक वेद व्यापारन्यास !

लोक – समाज , वेद – ज्ञान , व्यापार – व्यवहार , न्यास – त्याग .

हा निरोध म्हणजे न्यास म्हणजेच त्याग होणे किंव्हा करणे होय .नारद महर्षी इथ काय त्याग करायला सांगत आहेत ? ना कोणता व्यवहार ना ज्ञान ना कोणती रिती भाती वा समाज तर ह्या सर्वामध्ये राहूनही मनाने अलींप्त होण आहे , केवळ मनाने नसून तर पुढे जेंव्हा मुख्य भक्ती नारद सांगत आहेत(सूत्र – ६७) 'भक्ता एकान्तिनो मुख्याः '। तेंव्हा ते केवळ मुख्य भक्ती म्हणजे केवळ अनुराग भक्ती विषयी सांगत आहेत .वेद ,व्यापार व लोक व्यवहार हे सर्व गळून पडतात त्याला निरोध अस म्हटलं आहे .

गोपी गोपा जेव्हा गाई चरायला त्यांच्या कृष्ण सख्या सोबत वनात जात असत तेंव्हा कृष्ण मुरली माधुर्य भाव ऐकून त्यांची अनेक वेळा भाव समाधी लागत असे आणि तहान भूक सुद्धा हरपत असे . पण ह्या भाव विभोर आनंद साठी त्यांनी त्यांचे नित्य व्यवहार सोडले नव्हते .नारदा महर्षी हेच ह्या व पुढील सूत्र द्वारे वारंवार सांगतात .

सूत्र ९
तस्मिन अनन्यता तद विरोधेषु उदासिनता

तस्मिन – भगवंताच्या , अनन्यता – न अन्य असं , तद – तेंव्हा , विरोध – प्रतिकार , उदासीन – समान बुद्धी असण .

भक्ती विरोधात जे काहीही असेल तदाविषयी समान बुद्धी ठेवण आणि भक्ती व्यतिरिक्त अन्य कोणताही व्यापार ,ज्ञान , व्यवहार करण्यात भक्त उदासीन असणे म्हणजे निरोध होय .

'निरोध 'हे प्रमुख असे भक्ती मार्गाचे तंत्र नारद महर्षी इथ सांगत आहेत जे पातंजल योग दर्शन मध्ये समाधी पाद- सूत्र १ मध्ये हि महर्षी सांगत आहेत "योग म्हणजे चित्त वृत्तींचा निरोध ".योग मार्ग असो वा ज्ञान निरोध हा पहिला टप्पा आहे .'साधन चतुष्टय ' 'तत्त्व बोध -शंकराचार्य 'यांनी जे सांगितले आहे त्यात हि शम दम तितिक्षा हा निरोध स्वरूप अभ्यास आहे .

'निरोध भक्ती 'च उदा .घ्यायचं झाल तर पहा ना वारकरी दर वर्षी पंढरीच्या वारीला म्हणून निघतात , त्यासाठी घरा दराचा , व्यापाराचा आणि लोक संग्रहाचा हि ते काही काल त्यागाच करतात आणि केवळ हरी भक्ती हरी नाम आणि हरी हि केवळ कर्ता भाव राहतो. ह्या भाव स्थिती पांडुरंगाच्या पादुका डोक्यावर घेऊन नाचत ,गात तहान भूक हरपेली अव्स्थेतेत चंद्रभागेच्या वाळवंटी पायी जातना त्यांचे भान हरपलेले असते .समाधी काही असेल तर हि चालती बोलती योगी अव्स्थाचाच नाही काय ? आणि म्हणूनच ते गजर करत जातात -----

विठूचा गजर हरिनामाचा झेंडा रोविला

वाळवंटी चंद्रभागेच्या तीरी खेळ मांडीला!

अस म्हणतात भक्ती शास्त्रात कि भक्तीचा जन्म दक्षिण भारतात तामिळनाडू राज्यात झाला , कर्नाटकात ती मोठी बाल्यावस्थेत झाली , महाराष्ट्रात ती यवन रूप धारणा केली , गुजरात राजस्थानात ती तरुणी स्त्री झाली , पुढे उत्तर भारत काशी , प्रयाग ,मथुरेत,काश्मीर

,असं , पुरी येथे ती वृद्धा -जरा अवस्थेत जाऊन लयास पावली .तसे तसे संत , भक्त , कवी उदयास आले .

तामिळनाडू चे प्रसिद्ध संत अळूवार,कर्नाटकातील संत बसवा , संत कलामुख, संत हरिदास ,संत रामानुजा ,वल्लभाचार्य ,महाराष्ट्रात संत तुकाराम , नामदेव , चोखोबा ,संत ज्ञानेशवर , मुक्ताई , ते आधुनिक संत बहिणाबाई , पुढे संत मीराबाई , उत्तर भारतातील संत तुलसीदास, संत रामानंद व त्यांचे शिष्य संत कबीर ,संत गुरु नानक ,संत चैतन्य महाप्रभू अशी संतांची मांदियाळी आपला इतिहास अतिशय समृद्ध करते ते आधुनिक संतपरंपरेने . संत शिरोमणी संत ज्ञानेश्वर आपल्याला पसायदान देऊन तर भक्ती, ज्ञान व योग मार्गाची सांगड घालत कळस अध्याय पूर्ण करतात . असा हा त्रिवेणी संगम आपल्या हि जिवनात उतरवा म्हणून .

म्हणूनच नारद मुनी पुढे सूत्र देतात .

सूत्र १०
अन्यश्रयाणां त्यागो अनन्यता

अनन्य- न अन्य ,दुसरे कोणतेही नाही .

आपल्या प्रियतम भगवद स्वरूपाला सोडून दुसऱ्या अश्रायांचा त्याग करण ह्यालाच अन्नान्यता म्हटलं आहे .इथे अनन्य भक्तीला महत्व दिले गेले आहे .

उदा –व्रज वासीय गोपी व गोपिका . पुढील सूत्र २१ मध्ये हे अधिक विस्तृत आलेच आहे .अनन्य भक्तिची अनेक उदाहरण आहेत त्यातील महाभारतातील अत्यंत करुण 'द्रौपदी वस्त्रहरण' प्रसंग हा बहुश्रुत आहे .ह्या सर्व प्रसंगात जेंव्हा 'पांचाली- द्रौपदी ला कोणतेच उपाय उरत नाहीत स्व -रक्षणासाठी, तेंव्हा ती 'अनन्य भाव विभोर 'होऊन भगवान श्रीकृष्णचा धावा करते तेंव्हा एका क्षणाचा हि विलंब न होता

भगवंत तिचे रक्षण करतात ."धर्मो रक्षति रक्षितः "!जो धर्माचे रक्षण करतो धर्म त्याचे रक्षण करतो .इथे द्रौपादैचे अनन्य शरण भक्तिभाव च तिचे रक्षण करतात.

सूत्र ११

लोकवेदेषु तदनुकूलाचरणं तद्विरोधिषूदासीनता ।

लोक – समाज , वेद – ज्ञान , अनुकूल – योग्य ,उदासीन – प्रतिक्रिया न करणे / भाग न घेण.

भक्ती मार्गात भक्त लौकीक व वेदीक ज्ञान ग्रहण कर्मामध्ये भगवान प्राप्ती साठी अनुकुल कर्मे करत रहाण ,त्या विरुद्ध कर्म करायला उदासीन असण आवश्यकआहे .

जीव मनुष्य देहात आला कि तो लौकिक , वेदिक,काम्य ,नित्य , विहित , निषिद्ध कर्माने बांधला जातो .पण हि कर्म करीत असताना हि जी भगवद भक्ति ला अनुकूल आहेत अशीच कर्म सारासार विवेक बुद्धीने करून, जी निषिद्ध कर्मे आहेत किंवा टाळावयाची आहेत, भक्ति ला अनुकूल नाहीत अशी कर्मे त्यागून , विवेक बुद्धी ठेवावी आणि भक्तीला प्रतिकूल गोष्टीला उदासीन राहवे .

(हे सूत्र ७४ मध्ये विशेष आलेले आहे .)

न कर्मणामनारम्भान्नैष्कर्म्यं पुरुषोऽश्नुते ।

न च संन्यसनादेव सिद्धिं समधिगच्छति ३-४॥

न हि कश्चित्क्षणमपि जातु तिष्ठत्यकर्मकृत् ।

कार्यते ह्यवशः कर्म सर्वः प्रकृतिजैर्गुणैः ॥ ॥भ.गीता ३-५॥

मनुष्याला कोणतेही कर्म आरंभ करण्याधी किंव्हा त्याचा त्याग केल्यावर निष्कर्म कर्म करून मुक्ती होत नसते .प्रत्येक क्षण कर्म

केल्याशिवाय थांबत नाही .प्रकृती नुसार प्रत्येक क्षणी त्याला कर्म हे करावेच लागते .अगदी श्वास घेणे वा सोडणे हे हि कर्म होतेच .नारद महर्षी इथे हेच सांगत आहेत कि भक्त तेच कर्म करतो जे भगवद भक्तिला अनुकूल आहे आणि प्रतिकूल कर्मात उदासीन राहतो .भक्ताच्या ठिकाणी ह्या सहा गोष्टी असाव्यात असे भक्तिशास्त्रकार सांगतात .

आनुकुलस्य संकल्पः प्रतिकुलस्य वर्जनं

रक्षिष्यतीति विश्वासः गोपतृत्वेवरणं तथा

आत्मनिक्षेप कार्पण्य षडविधाशरणागतिः!

भगवंताला अनुकूल तोच संकल्प आणि प्रतिकूल ते वर्ज करणे .संकट काळी भगवान अवश्य रक्षण करतील हा पूर्ण विश्वास असणे .कदाचित काही संकटे आली तर त्या भगवंतालाच रक्षक म्हणून हाक मारणे ,धावा करणे . स्वतः ला सदैव भगवद चरणावर समर्पित करणे .कोणत्याही गोष्टीचा अभिमान धारण न करणे , दीनता राखणे ह्या त्या सहा गोष्टी होत .ह्यातच विरोधी गोष्टीत उदासीनता सहज साधत असते .

सूत्र १२ व १३
भवतु निश्चयदार्ढ्यादूर्ध्वं शास्त्ररक्षणम् ।
अन्यथा पातित्यशङ्कया ।

भवतु – असणे , होणे , निश्चय – संकल्प ,दृढ – पक्का , उर्ध्व – वरील, पातित्य – खाली पडणे ,अधोगतीस जाणे ,शंका- शक्यता /संभावना .

भगवद प्रेमाचा /भक्तीचा दृढ निश्चय झाल्यानंतर शास्त्राचे रक्षण व्हावे अन्यथा भक्त खाली पडण्याची शक्यता भक्तीत दिसून येते .

श्रीमद भागवतात हि असेच म्हटले आहे –

सवै पुसां परोधर्म यतो भक्तिरधोक्षजे

अहैतुक्य व्यवहिता ययत्मा संप्रसिदति ! भा -१

मनुष्याचा सर्वात श्रेष्ठ धर्म तोच आहे ज्या मध्ये निर्हेतु हरिभक्ती आहे , ज्या भक्तीमध्ये कोणतीही कामना नाही .अशी भक्ती प्राप्त होऊन भक्त अंतः करण पूर्वक परम शांती प्राप्त करतो . परमहंस योगानंद 'योगी कथामृत ' अस एके ठिकाणी म्हणतात त्यांचे गुरु स्वामी युक्तेश्वारांसोबत जेंव्हा त्यांचा शिष्य सहवास झाला तेंव्हा ईश्वरा विषयी चे मुक्त चिंतन झाले .त्यांचे गुरु श्री .स्वामी .युक्तेश्वर गिरी म्हणतात " ज्ञान हे काही डोळ्यांनी आत्मसात करता येत नाही तर ते अणुरेणूत जाऊन पोहोचले पाहिजे .जेंव्हा सत्याची प्रचीती हि केवळ बुद्धी पर्यंत न पोहोचता तुमच्या खुद्द व्यक्तित्वात उतरेल तेंव्हा तुम्ही त्याचा अर्थ काही सांगू शकाल .

ऋषींनी एका वाक्यात इतका अर्थ ओतलेला आहे कि त्याचा संपूर्ण अर्थ लावायला भाष्यकार पंडितांना पिढ्यान पिढ्या खर्च कराव्या लागल्या आहेत .न संपणारा शाब्दिक वाविवाद हा केवळ मंद बुद्धीच्या आळशी लोकांसाठी आहे .केवळ ईश्वर आहे किंबहुना ईश्वर या शब्दाच्या उच्चार पुरता सत्वर मुक्तिदायक असा दुसरा कोणता विचार आहे ?

पण मनुष्य हा सुगम मार्गाकडे सहज सहजी वळत नाही .बुद्धी वाद्यांचे समाधान केवळ शब्द उच्चाराने होत नाही .त्याकरता त्याला प्रगल्भ ,विद्वत्ता प्रचुर अनेक शब्दांचा प्रयोग करावासा वाटतो , अश्या तह्रेचा अर्थ स्वीकारण्यात त्याची अहंता सुखावते ,प्रसंन्न होते !".

इथे नारद महर्षी भक्त भक्ती मार्गात भटकू नये आणि त्याची अधपतन हि होऊ नये म्हणून हि सूचना देतात कि भक्ति दृढ असावी .अशी अवस्था नाही झाली तर वाट भरकटू शकते .म्हणून पुढील सूत्र हि ह्या सूत्राला पुष्टी देणारे मांडले आहे .

सूत्र -१४
लोकोऽपि तावदेव किंतु भोजनादि व्यापारस्त्वाशरीरधारणावधि!

लोक – व्यवहार , अपि –सुद्धा , तावद- तोपर्यंत ,एव –च , किंतु – परंतु, भोजन आदी – जेवणे , वाचणे इ .कर्म , व्यापार –व्यवहार ,शरीर धारणावधी- शरीर धारण करण्यापुरते .

भक्ती मार्गात ईश्वरा वरचा विश्वास दृढ होईपर्यत नित्य कर्म जसे भोजन , वाचन , शेती ,व्यापार , शरीर सक्षम राहण्यासाठी चालू ठेवावी. इथे नारदांना हेही सांगायचं आहे कि सर्व भक्ति हि चालू होते ती शरीर धारणा पासूनच , ते मजबूत नसेल तर पुढील इमारत ढासळत जाते .

स्वामी समर्थ रामदास , एक थोर महाराष्ट्र संत छत्रपतीं.शिवाजी महाराज यांचे गुरु ह्यांनीहि 'शरीर' दृढ होणाय्साठी प्रथम "शक्ती उपासना "सांगितली आणि सूर्य नमास्काराचे व्रत चालू केले , ठीक ठिकाणी श्री हनुमंताची मंदिरे, महाराष्ट्र भर मठ स्थापन केले . 'सक्ती तून भक्ती 'साध्या होऊ शकते ती अशी , सक्ती कशाची तर व्यायाम,

योगासने ,सूर्य नमस्कार , प्राणायाम , ध्यान इ योग अंग अंगी बाणण्याची .

'शीर सलामत तो पगडी पचास !'हि प्रसिद्ध म्हण हेच सांगते .

बरेच वेळा भक्त किंव्हा योग ज्ञान कर्म कोणत्याही मार्गात हेच आढळून आले आहे कि शरीर सक्षम ,निरोगी सशक्त नाही आणि त्यामुळे पुढे प्रगती नाही .

श्री .लोकमान्य गंगाधर टिळक , स्वा. श्री .सावरकर, असे अनेक क्रांतिकारी, पुढारी, नेते, समर्थ रामदास ,परमहंस योगानंद, स्वा. विवेकानंद, एकनाथ जीं रानडे, ह्या सारखे संत ,योगी लोकांनी ही प्रथम शरीर सदृढ सशक्त आणि निरोगी होण्यासाठी पाया तयार केला.जीवनातील काही वर्ष शक्ती उपसनेला दिली .

लौकिक व्यवहार , भोजन आदी इ नैमित्तिक कर्म भक्ताने का करावी ? त्याचा भार आपल्या इष्ट देवतेवर का टाकू नये असा प्रश्न कदाचित पडेल .परमात्मा हा भक्ताचा योगक्षेम चालवणार नाही काय ? अशी शंका कदाचित निर्माण होईल . परमात्मा हा संसार योगक्षेम चालवतो हे खरे आहे पण जाणून बुजून त्याचवर भार टाकणे म्हणजे देवाला आपला साधन करण होय . तसे करण म्हणजे भक्ती कामायमाना होईल , पण ती कामना रुपी नसून निरोध रुपी आहे हे आपण सूत्र ७ मध्ये बघितले आहे .

तसे नसून केलेली कर्म भगवद अर्पण करण (सूत्र ८) हे तीचे स्वरूप आहे .

सूत्र १५
तल्लक्षणानि वाच्यन्ते नानामतभेदात् ।

वाच्न्ते – सांगितले , नाना – विविध , मतभेद – मत

नाना मतानुसार ह्या भक्तिची लक्षणे सांगितली जातात .

इथे नारद महर्षी भक्ती ची लक्षण आधी परम प्रेम स्वरूप (सूत्र २) मध्ये देतात , तरीही परत विविध माता नुसार भक्ती म्हणजे काय हे हि सांगू इच्छितात . इथे भक्ती शास्त्रानुसार विविध मत आणि सिद्धांत मांडणारे भक्ती आचार्य आपली मत सांगत आहेत आणि नारदांनी त्यांना प्रथम स्थान दिली आहे मग आपल मत ते मांडत आहेत हि फार मोठी त्यांची विनय शीलाता आहे . हाच भक्तिंमहिमा आहे .जेवढा भक्त अधिक भक्ती रस प्राप्त तेव्हढी तयची प्रगल्भता आणि विनय शील ,उदार व्यक्तिमत्वाची ओळख होते .

अनादी कालापासून ते आजतयागत समाजाला उपयोगी आदर्श मतवादी नेते , पुढारी ,राजकारणी , समाजकारणी ,उद्योग्जक इ .होऊन गेले पण तरीही सुप्त अश्या समजला पुन्हा ग्लानी आल्यावर शास्त्रकार , ग्रंथकार , पुढारी ,नेते ,संत , महत जन आपल्या लेखणी द्वारा अथवा प्रत्यक्ष कृती द्वारा समाज प्रबोधन च कार्य अव्याहत करत असतात .(सूत्र ३८-३९ मध्ये हे अधिक स्पष्ट केले आहे .) इथेही काळाची गरज ओळखून भक्ती विषयी ची विविध मते विविध मान्यवर आचार्य द्वारे सांगून नारद महर्षी नि भक्ती रसामृत अगदी सर्व लोकांपर्यंत पोहोचावे असे दालन खुले केले आहे .

श्रवणं कीर्तनं विष्णोः स्मरणं पादसेवनम्।

अर्चनं वन्दनं दास्यं सख्यमात्मनिवेदनम् ॥

(श्रीमद्भागवत - ७. ५. २२, २३)

भक्त प्रह्लादाने सांगितलेली हि भक्तिची नवविधा रुपां भक्ती -

श्रवण (परीक्षित), कीर्तन (शुकदेव), स्मरण (प्रह्लाद), पादसेवन (लक्ष्मी), अर्चन (पृथुराजा), वंदन (अक्रूर), दास्य (हनुमान), सख्य (अर्जुन) और आत्मनिवेदन (बलि राजा) – ह्या नवविधा भक्ति आहेत हे आपल्याला परिचित आहेतच .तसेच 'नारद स्मृती' किंव्हा 'नारद पांचरात्री' ह्य भक्ती पर ग्रंथा द्वारा भक्ती कर्म, व्रत- वैकल्य, उपासना, यज्ञ- याग इ. कर्म अधिष्ठित अशी जी सगुण भक्ती (मर्यादित) होती ती निर्गुण (अमर्याद)अश्या संकल्पनेने , विविध शास्त्र कारांच्या मताद्वारे सर्वांना खुली झाली हे आपल्याला पुढील सूत्र द्वारे भक्ती लक्षणात दिसून येते.

सूत्र -१६
पूजादिष्वनुराग इति पाराशर्यः ।

पूजा आदि – पूजा ,व्रत, वैकल्य, उपासना याग इ.,अनुराग – प्रीती ,गोडी ,पाराशर्य – पराशर ऋषी पुत्र वेद व्यास .

पराशर ऋषी पुत्र वेद व्यास ह्यांच्या नुसार पूजा , व्रत –वैकल्य,कर्म प्रधान भक्तीची प्रीती असण म्हणजे भक्ती अशी एक भक्तिची व्याख्याच नारद मुनी सांगत आहेत .व्यास महर्षी हे भगवद अवतार आहेत अस स्वतः श्रीकृष्ण उद्धवास सांगतात –

वेद विभागी राजहंस ! जो का द्वैपायान व्यास !

तो मी म्हणे ऋषिकेश ! निवडुनी द्विजास दिधले वेद !! ना .भा.१६-२२४

महर्षी वेद व्यास हे कृष्ण द्वैपायान भगवद अवतार असून ,चालू वैवस्वत मन्वंतरतील हे २८ वे व्यास आहेत ज्यांनी चार वेद , अठरा पुराणे,स्मृती, सूत्रे रचना केली ."युगे अठ्ठावीस विटेवरी उभा वामांगी राखमाई दिसे दिव्य शोभा !" अस आपण आरतीत म्हणतो त्याचा अर्थ हा हि असा असावा. नारदानीच शोकाकुल वेद व्यास भागवद कथा लिहावी असा उपदेश केला आहे ,हि श्रीमद भगवदपुराणात हि कथा आली आहे हे सुरवातीला उल्लेख केला आहे .भक्ती मार्गाचा उपदेश

केल्याने एका अर्थाने नारद हे व्यासांचे गुरूच होत . तसे असूनही भक्ती पर व्याख्या देताना व्यासांना प्रथम स्थान दिले आहे . भक्ती सेवेमध्ये वेद व्यासांना पूजापद्धती हि श्रेष्ठ वाटली ज्यामध्ये सर्व कर्मिंद्रिय, ज्ञानेंद्रिय ,मन ,बुद्धी , चित्त अहंकार समाविष्ट असते .त्या अर्थाने पूजा पद्धती मध्ये प्रीती असणे म्हणजे सर्व अंगाने भक्ती सेवा घडते .

ह्याचा आणखीन हि एक अर्थ एका जाणकार शास्त्राकाराने ने सांगितला आहे कि भक्ती चे परम आराध्य ईश्वर साक्षात्कार जरी भक्ताला झाला तरी पूजा आदि कर्म मध्ये सगुण भक्ती द्वारा निर्गुण भक्ती कडे अनुराग असण, प्रीती असण म्हणजे हि भक्ति मार्गी असण होय .उदा . परमहंस राम कृष्ण हे देवी महाकाली मां चे भक्त होते आणि त्याना देवी चे दर्शन हि झाले होते तरीही मूर्तीपूजा, उपासना मार्ग त्यांनी चालू ठेवला होता .

नारद महर्षी ना वेद व्यासांच्या भक्ती व्याख्यातून इथ हा प्रमुख संदेश द्यावासा वाटतो कि पूजा आदि उपासना ईश्वर दर्शन सगुण वा निर्गुण रुपात जरी भक्ताला झाले तरी त्याचा भक्ती विषयी चा अनुराग ही भक्ती आहे कारण पुढील सूत्र १९ मध्ये नारदमुनी स्वतः भक्ती चा स्तर निर्गुण निराकार भक्ती कडे नेतात .भक्ती ची व्याख्या आणि उपासना पद्धती अश्या प्रकारे नारद महर्षी उंचावत नेतात ते आपण पुढील सुत्राद्वारा बघुया .

सूत्र १७
कथादिष्विति गर्गः ।

कथा आदिषु – कथा , सत्संग , कीर्तन श्रवण भक्ती

भगवद कथा कीर्तन ,श्रवण ह्या सारख्या भक्ती मध्ये प्रीती असण म्हणजे भक्ती असे गर्ग आचार्य म्हणतात .

गर्गाचार्य हे यादवांचे पुरोहित होते असे श्रीमद भागवतात म्हटले आहे (१० स्कंद –अ -८).गर्ग मुनी हे तपस्वी श्रीकृष्ण भक्त हि होते .श्रीकृष्ण चरित्रात एक कथा आहे .भगवान श्री कृष्ण श्री शंकराची आराधना नित्य सहस्त्र कमल पुष्प वाहून करीत होते .पण शेवटच्या दिवशी एक कमल कमी पडल .त्यामुळे पूजेत कमीपणा आला .तो दूर करण्यासाठी म्हणून त्यांनी त्यांचे नेत्र कमल अर्पण केले! असा पूजा विधी कठीण आहे .तसेच योग्य स्थळ काळाची आवश्यकता असते पण ती गरज कथा श्रवण कीर्तनात नसते .वीणा , मृदुंग , ताल वाद्य असतील तर ठीक नाही तरी काहीही अडत नाही .तसेच कलियुगात कीर्तन भक्तीला श्रेष्ठ मानल आहे .

संत एकनाथ महाराज सांगतात –

ऐक राया सर्वाज्ञा ! धन्य धन्य कलियुग जाणा !

जेथे सर्व स्वार्थ हरिकीर्तना !नाम स्मरणासाठी होती !

कली युगी दोष बहुत केवळ कीर्तने होय स्वार्थ !

तेथे दोषात्यागे जे गुण घेत ! ते नित्य मुक्त हरीकीर्तनी !अ -५ -४०३-४०४

भक्ती शास्त्रात प्रेमान कथा सांगण , ऐकण फार महत्वाचा भाग आहे.

भगवंताचे गुण , स्वरुप् भूत असणारे यश ,श्री , औदार्य ,ज्ञान ,वैराग्य ,ऐश्वर्य ह्या सहा गुणाचे कीर्तन तसेच भगवंताची लीला अवतारची चरित्रे गायन करण, जन्म , कर्म ,रूप इ चे वर्णन करण अश्या सर्व गोष्टींचा कथा समवेश होतो .

हरीनाम गुण कीर्तन कीर्ती !अखंड आवडे जागृती !

स्वप्नी होतेची स्थिती !दृढ हरिभक्ती ठसावे !

ऐसियापरी भक्ती युक्त !दृढतर जाहले ज्याचे व्रत !

तवतव होय आर्द्र चित्त !प्रेम अद्‌भुत हरीनाम कीर्ती ! (एकनाथ भागवत २-५५७-५५८)

गोपिकांचे कथा प्रेम हि किती मधुर होते ,भागवतात गोपिका श्री कृष्णा ला उद्देशून म्हणतात ' हे कृष्ण तुझी कथा इतकी मधुर वाटते कि त्याला अमृताचीच उपमा द्यावी तसेच ती भवताप संतप्त लोकांना शांती देणारी आहे ,संजीवनी आहे ,सर्व पाप नाशिनी आहे , केवळ श्रवणे अमंगल दूर करून मंगल देणारी आहे ,पृथ्वीतला वर जे तुझ्या कथेचे वर्णन व गायन करतात ते फार मोठे दानी आहेत .(भा .१०- ३१- ९)

सूत्र -१८
आत्मरत्याविरोधेनेति शाण्डिल्यः!

आत्मरति – जो आत्म्याच्या ठिकाणी रममाण आहे तो , विरोध – नकार .

अर्थ – आत्मरतीला विरोधी नसलेल्या विषयात अनुराग म्हणजे भक्ती असे शांडिल्य महर्षी मत आहे .

जो आत्मस्थ आहे , सदा तृप्त आहे ,दृढ विचारी आहे अश्या आशयची हि शांडिल्य महर्षींची भक्ती व्याख्या आहे .गर्गाचार्य आणि वेद व्यास ह्यांचं नंतर महर्षि शांडिल्य मत आले आहे .हे महर्षी " नारद पंचरात्री " ग्रंथ कर्ता म्हणून उल्लेख सापडतो .भक्ती सूत्रा प्रणेता शांडिल्य हा पंचरात्र मातानुसरी आहे अशी काही मत आहेत .नारद महर्षी हे स्वतः सगुण रुपी भक्तीतून निर्गुण निराकाराकडे वळताना ह्या सूत्राचा उल्लेख करतात ,शांडिल्य कोण व किती ह्या वादात न पडता'

आत्मरतीला विरोधी नसलेल्या विषयात अनुराग म्हणजे भक्ती असे शांडिल्य महर्षी मत आहे" ,त्यानुसार च मत नारदांनी घेतलेले आहे हे म्हत्वाचे . कारण आत्मा हेच परम प्रेम स्वरूप आहे . आपण स्वतःवर जास्त प्रेम करतो हे खरच आहे .मी नसावे असे कोणालाच वाटत नाही तर अखंड पणे आसवे असेच असेच सर्वांना वाटते, पण मी म्हणजे देह , प्राण ,मन कि बुद्धी ह्यावर जास्त प्रेम करत असेल तर ते सर्व नश्वर आहे आणि भक्ती अमृत स्वरूप परम प्रेम रूप आहे अस सुरवातीलाच नारदांनी सांगितलं आहे .मग हे परम प्रेम स्वतः चं देह मन , प्राण बुद्धी नसून आत्म तत्त्व शी निगडीत आहे , जो ह्या आत्म तत्त्वशी सदैव जोडलेला आहे , रममाण आहे ,आत्मस्थ आहे त्या विषयी च अनुराग म्हणजे मागोवा म्हणजेच भक्ती होय असा भावार्थ शांडिल्य भक्ती व्याख्यात आहे असे वाटते .हे निरतिशय प्रेम म्हणजेच आत्मा होय .आत्म्याला आनंद रूप , परम प्रेम स्वरूप तत्वाने जो जाणतो त्याला आत्मरति अस म्हणतात .अश्या आशय चे वर्णन भगवद गीता हि करते .

यस्त्वात्मरतिरेव स्यादात्मतृप्तश्च मानवः ।

आत्मन्येव च सन्तुष्टस्तस्य कार्यं न विद्यते ॥भ.गी . ३-१७॥

जो पुरुष आत्म्याच्या ठिकाणी रत /रममाण असतो आणि आत्मा योगाने सदा तृप्त असतो ,संतुष्ट असतो त्याला काही कार्य राहत नाही.

चतुर्विधा भजन्ते मां जनाः सुकृतिनोऽर्जुन ।

आर्तो जिज्ञासुरर्थार्थी ज्ञानी च भरतर्षभ ॥ भ.गी.७-१६॥

हे अर्जुना ,चार प्रकारचे भक्त मला पूजतात .ज्ञानी ,आर्त ,जिज्ञासू ,अर्थार्थी .ह्या चार भक्तामध्ये हे भरतर्षभ तू ज्ञानी भक्त हो ! हा ज्ञानी भक्त आत्मरति ,तृप्त व आत्मसंतुष्ट असतो .अत्मारातीचे स्वरूप समजण्यासाठी हा विचार केला आहे .हि आत्मरति म्हणजे आत्मतंद्री अवस्था आहे .कारण आत्मा हा परमात्मस्वरूप आहे वेगळा नाही .

न जायते म्रियते वा कदाचिन्

नायं भूत्वा भविता वा न भूयः ।

अजो नित्यः शाश्वतोऽयं पुराणो

न हन्यते हन्यमाने शरीरे ॥भ.गी. २-२०॥

नैनं छिन्दन्ति शस्त्राणि नैनं दहति पावकः ।

न चैनं क्लेदयन्त्यापो न शोषयति मारुतः ॥भ.गी २-२३॥

आत्मा अविनाशी ,अनादी अनंत ,नित्य शाश्वत काळापासून आहे . ना त्या चे कोणी दहन करू शकत ,ना अग्नी त्याला जाळू शकत ,कोण्या शस्त्राने चिरफाड करु शकत , ना जाळू शकत ,ना पाणी वा वारा त्याला वाहून नेऊ शकत .

अहमात्मा गुडाकेश सर्वभूताशयस्थितः ।

अहमादिश्च मध्यं च भूतानामन्त एव च ॥ भ.गी १० -२०॥

श्री कृष्ण म्हणतात, 'हे गुडाकेश (अर्जुना) सर्व प्राणीमात्र च्या अंतः करणात राहणारा आत्मा मीच आहे !"भक्तही भगवानच आपला आत्मा आहे अस मानतात व त्याच्या ठिकाणी प्रेम ठेवतात हिच खरी' आत्मरति' होय .

सूत्र -१९
नारदस्तु तदर्पिताखिलाचारता तद्विस्मरणे परमव्यकुलतेति!

नारादास्तु – नारदाच मत , तदार्पिता – संपूर्ण शरणागत होऊन ,तद-त्याचे , विस्मरण – विसरणे ,परम व्याकूळ – अति व्याकुळ होणे .

नारद मुनी आता आपले मत सांगत आहेत .संपूर्ण शरणागत ,लीन दिन भाव होऊन त्या परमात्म्याचे क्षणभर हि विस्मरण झाले असता अति व्याकूळ होऊन जाण हि जी अवस्था आहे ,भाव स्थिती आहे त्याला नारद महर्षी भक्ती अस म्हणतात .

नारद देवर्षी इथ अहं शून्य म्हणजेच मी देह , मन , प्राण ,बुद्धी , भावाने द्वारे कर्म करतो आणि त्याचा अधिकारी मीच स्वतः आहे हा अहम भाव संपूर्ण त्यागून ,भगवद अर्पण करून जो एका क्षणाचाही विसर न होता त्य परमात्मस्वरूप तत्वाशी एकरूप असतो तो खरा भक्त आणि एका क्षणाचा जर त्याला विसर झालाच तर त्याची मनाची जी घालमेल होईल , व्याकुळ स्थिती होईल त्या अवस्थेला भक्ती अस म्हटलं आहे.

संत तुकाराम महाराज म्हणतात –

चाले हे शरीर कोणाचिये सत्ते ! कोण बोलाविते हरिविण !१!

देखावी ऐकवी एक नारायण ! तयाचे भजन चुकू नका !२!

माणसाची देव चालवी अहंता ! मिची एक कर्ता म्हणोनिया !३!

वृक्षाचेही पान हाले त्याची सत्ता ! राहिली अहंता मग कोठे !४!

तुकाराम महाराज म्हणतात अहो वृक्षाचेही पान त्याच्या आज्ञेशिवाय हलत नाही तरी आम्हाला केव्हढी अहंता असते कि हा माझा संसार , घर दार बायका पोर नोकर चाकर इ ..! आणि खरच आहे बघा ना जो पर्यत हा मी कर्ता आहे तो पर्यंत तो भगवंत हृदयात नाही .

संत कबीर चा सुंदर दोहे सांगतात –

यदि मै है तो हरी नाही !यदि हरी है तो मै नाही !

हर हृदयात हरी आहे , परम प्रेम स्वरूप भाव स्थितीत रममाण आहे तर मी माझ शरीर अहं भाव नाही उरत .

प्रेम भाव एक चाहिये भेष अनेक बनाय !

चाहे घर मै वास कारे चाहे बन को जाए!

तो परमेश्वर एक प्रेम भावाचा भुकेला तो आहे , तो जवळ असेल तर बाह्य वेश कोणताही असो पण जर तो च नसेल तर हा बाह्य पोशाख काय कामाचा , मग तू तुझी घरी राहून भक्ती कर अथवा वनात जा काही फरक पडत नाही .

फल कारन सेवा करे! करे न मन से काम !

कहे कबीर सेवक नही! चाहे चौगुना दाम !!

'तळमळीच्या तेलाने नामाचा नंदादीप प्रज्वलित होतो आणि ईश्वराचे दर्शन होते जसे नावेतून जातना पाण्याला स्पर्श न करता प्रवासी सहज पैलतीर गाठतो तर नामाच्या नावेतून साधक /भक्त हा भवसागर सहज गाठतो '- सद्गुरू श्री .वामनराव पै .

सूत्र २०
अस्त्येवमेवम् ।

अस्ति – असणे , एवं – हे ,असेच .

वरील सूत्रात म्हटल्याप्रमाणे भक्ती लक्षण हे असेच आहे .आधी व्यास महर्षि , गर्ग आचार्य ,मग शांडिल्य चे भक्ती लक्षण सांगितल्यानंतर नारद मुनी आपले मत सांगत आहेत आणि ते मत पक्के आहे हे अस्ति एवं अस्ति एवं दोनदा सांगितल्या नंतर कोणताही विकल्प राहत नाही हे सुचवायचं आहे .म्हणजे आम्ही जे भक्ती लक्षण सांगितले तेच पूर्ण आहे ह्या पेक्षा श्रेष्ठ असे दुसरे भक्ती लक्षण संभवत नाही असा वरील सूत्राचा आशय आहे .

सूत्र २१
यथा व्रजगोपिकानाम् ।

यथा -ज्या प्रमाणे , व्रज – ब्रज भूमी/ वृंदावन ,गोपिका – गवळणी

आपल्या भक्ती लक्षणाकरता नारद महर्षी इथे वृनादावांतील गोपिकांचे उदाहरण देत आहेत .नारदांनी ज्या भक्तीचे स्वरूप सांगितली ती भक्ती त्यांना कुठे दिसली तर गोकुळ वृंदावनात .

व्रज ह्याचा अर्थ असा एक आहे सदानंद रूप , परम अविनाशी जीवन मुक्त पुरुष .

गोपी /गोपिका चा अर्थ आहे -गाः इन्द्रियाणि पान्ति इति गोप्यः!

ज्या आपल्या इंद्रियांचे (विषयापासून) रक्षण करतात त्या गोपी .

गा – दृष्टी ,ज्ञान ,इंद्रिय गोचर , गोपायति – भक्ती द्वारे जी रक्षण करते ती .

गोकुळात सर्वच भक्त होते पण माधुर्य भक्ती फक्त गोपिकांची होती .

गौतामिय तंत्रात श्री कृष्ण स्वतः सांगतात " पाच योजनाचा ज्याचा विस्तार आहे असे हे वृंदावन म्हणजे माझा देहाच आहे .जिथे भ.श्री कृष्ण च्या वैभवाचा अविष्कार झाला होता त्या गोपिकांमध्ये अनेक ऋषी ,देवता व श्रुतींचे पुन्हा जन्म होतो केवळ भगवद प्रेमासाठी ".

त्रेता युगात तील कथा आहे जेंव्हा सीता स्वयं वरच्या वेळेस प्रभू रामचंद्रांचे मनोहारी रूप बघून मिथिला नगरीच्या काही स्त्रियांना श्री रामचंद्र आपले पती व्हावे असे वाटले .काहींनी ती इच्छा हि व्यक्त केली .पण प्रभू रामचंद्र एकवचनी होते म्हणून त्यांनी ह्या स्त्रियांना सांगितलं ' द्वापार युगाचं शेवटी श्री कृष्ण अवतारात तुमचे मनोरथ पूर्ण करीन .तुम्ही परम श्रद्धावान आहात .त्यावेळी तुम्ही गोकुळात गोपी बनाल."

अर्जुनाला गोपिकांचे महत्व सांगताना भगवान म्हणतात " अर्जुना! मला योगी ,मुनी रुद्रा दि देव देखील गोपिकांप्रमाणे जाणू शकत नाही .माझे महात्म्य केवळ गोपिकाचा जाणतात .गोपिका जश्या मला जाणतात तश्या वेदांती ,मुनीही मला जाणत नाहीत .!"(भा. अ- १०-२९-३३)

श्री कृष्ण वियोगाने गोपिकांनी जे विरह गीत गायलं त्यास भागवतात "गोपागीत" अशी संज्ञा आहे .ते परम प्रेम व्यक्त करत .विरहाची व्याकुंल अवस्था म्हणजे चिंता ,जागर , उद्वेग ,कृशता ,प्रलाप ,व्याधी ,उन्माद , मोह ,मृत्यु ह्या अवस्था प्रगट होतात .विरहाने व्यापलेल्या गोपी पशु , पक्षी ,वृक्ष ,वेली सगळ्यांशी बोलू लागतात .त्या विरहिणी संत श्रेष्ठ ज्ञानेश्वरांचे पुष्कळ अभंग आहेत .त्या पैकीच प्रसिद्ध असा अभंग आपण जाणता-

घनु वाजे घुण घुणा वारा वाहे ऋणझुणा!

भावाताराकू हा कान्हा वेगी भेटावा कां!१!

चंदावो चांदणे चापे वो चंदनु !देवकीनंदन ने विंना नावडे हो !२!....

तात्पर्य गोपिकांचे प्रेम हे परम प्रेम होते .

परम व्याकूळता हे नारदांनी भक्तीचे लक्षण म्हटलं आहे त्याला यथार्थ उदाहरण म्हणजे फक्त गोपिकाच होत्या असेही नाही तर रामायणात प्रेभू रामचंद्र ची भेट व्हावी हि बंधू भरता ची इच्छा होती ,नव्हे त्यासाठी तो व्याकूळ होता .हे राज्य प्रभू रामचंद्राचे आहे असे मानून त्यांच्या पादुका डोक्यावर घेऊन चित्रकुट पर्वतावर अनवाणी पायाने आणि त्यांचं प्रमाणे च सन्यस्त जीवन स्वीकारून १४ वर्ष रामराज्य त्यांचा सेवक होऊन संभाळल, हे परम व्याकुंल आणि पराभाक्तीच (पुढे सूत्र -६७- भक्ता एकन्तिनो मुख्याः) उदाहरण आहे .

गोपिकांचे प्रेम हे परम प्रेम होते पण काही जण त्यावर हि शंका घेतील गोपी कृष्णावर जार बुद्धीने प्रेम करत होत्या ,त्या कामासक्त होत्या मग त्याला भक्ती कशी म्हणावी ?. ह्याचे उत्तर देण्याकरता पुढील दोन सूत्रे आली आहेत .

सूत्रे -२२ व २३

तत्रापि न माहात्म्यज्ञानविस्मृत्यपवादः ।

तद्विहीनं जाराणामिव ।

तत्र –तिथे, अपि- सुद्धा ,महात्म्य –महान आत्मा ,विस्मृत्य – विस्मृती होण ,अपवाद – वेगळ ,तद –तिथे ,विहीन – विना,जार – जन्म /प्रजोत्पादन हेतू

ह्या परम व्याकुळा स्थितीत हि गोपिकांना श्री कृष्ण परमेश्वर रूप आहेत ह्या ज्ञानाची जाणीव नव्हती असे म्हणण हा केवळ अपवाद आहे .त्यांचा श्री कृष्ण परमात्व तत्वाशी केवळ आत्मिक संयोग होता (भा .गोपागीत – गोपां महारास १०-२९-३३) ना जार जारिणी स्वरूप हे स्पष्ट पणे नारदांना ह्या सुत्रा द्वारे सांगायचं आहे .श्री कृष्ण गोपिकांना म्हणतात –" तुम्ही माझ्याकरता गृह व गृहस्थ पणाचं बेड्या तोडून टाकल्या आहेत .वास्तविक मोठे मोठे संन्याशी हि हे करू शकत

नाहीत .माझ्यशी तुमचा हा आत्मिक संयोग सर्वस्वी निर्दोष व निर्मल आहे ,मी जरी अमर अश्या शरीराने अनंत काल पावेतो तुमच्या प्रेमाचा ,त्यागाचा व सेवेचा मोबदला द्यायचा म्हटला तरी मला ते शक्य नाही .मी जन्म जन्मांतरीचा तुमचा ऋणी आहे .ह्या पेक्षा गोपिकांच्या ठिकाणी असलेल्या महात्म्य ज्ञानाला कोण विशेष वर्णन करू शकेल .म्हणून तर ते जार युक्त प्रेम असा अपवाद करू नये .

गोपिकांनी श्री कृष्ण ना दिलेले उत्तर च त्यांची श्री कृष्ण भक्ती व त्याविषयी च महात्म्य ज्ञान सांगते ."हे श्री कृष्णा ! पती ,पुत्र ,बंधू व स्वजनांची सेवा करण हा स्त्रियांचा धर्म आहे असे तू म्हणतोस हे खर आहे , पण हा उपदेश तर तुझीच सेवा करण्याचा उपदेश देत आहे , तू भगवान आहेस . आमच्या पती ,पुत्र ,बंधू ,स्वजानिकाच्या ठिकाणी तुच आत्मा आहेस तुझ्या मुळे त्यांना पतीपणा प्राप्त झाला आहे .क्षीरसागर लक्ष्मी हि तुझ्या चरणाशी वास करते .तुझा अवतार ह्य व्रजात झाल्यापासून ती कायमची इथ वास करून आहे .व्रजातील सर्वांचे भय दूर करणारा ,त्रैलोक्याला शोभा प्राप्त करून देणारा यशोदा नंदन अखिल प्राणीमात्रांचा आंतर आत्मा साक्षी तू आहेस .ब्रह्म देवाने तुझ्याअवतारासाठी प्रार्थना केली , त्या प्रार्थनेवरून तू अवतार धारण केला आहेस .हे देवाधिदेवा अनेक भक्त ह्या दुखःमय संसारापासून मुक्त होण्यासाठी तुझाच आश्रय घेतात .

श्रीमद भागावातातील हे दशम संक्द २९-३३ अध्याय महारास लीलेचे जे वर्णन आहे त्यावरून गोपिकांना महात्म्य ज्ञान किती पूर्ण आहे हे सहज कळते .

भक्ती प्रेमाला महात्म्य ज्ञानाची जोड असावी नाहीतर त्यात दोष निर्माण होण्याचा संभव असतो , भेद्बुधी ,स्वसुखाभिलाषा इ निर्माण होतात .' 'महात्म्य ज्ञान पूर्वक सुदृढ स्न्हेह विशेष पूर्वक म्हणजे भक्ती होय '

"आर्त ,जिज्ञासू,अर्थार्थी ह्या तीन भक्तीनं अविद्या नाश पावत नाही पण चवथ्या भक्तीने मात्र होते कारण आर्त रोगपीडित ,जिज्ञासू मोक्षाची ,अर्थार्थी द्रव्याची इच्छा करतो (अविद्या युक्त) पण चवथा भक्त

ज्ञानोत्तर भक्त भगवत भक्त होतो .तोच माझा आवडता सर्वोच्च भक्त आहे . " !एकनाथ भागवत ११/९९७-११०४ .

सूत्र -२४
नास्त्येव तस्मिन् तत्सुखसुखित्वम् ।

न – नसणे , अस्ति/भाति – असणे ,तस्मिन –त्याठिकाणी ,तत- त्या ,सुखित्वं – सुखी असणे .

त्या जार रुपी प्रेमामध्ये प्रियातामाच्या प्रेमाने –सुखाने सुखी होणे हे नसते .काम आणि प्रेम ह्यातला प्रमुख फरक ह्या सुत्राद्वारा सांगितला आहे .

काम किंवा जार प्रेमा मध्ये पुरुष हा स्वतः च्या सुखापाभोगाकडेच पाहत असतो .जो पर्यंत हे सुख आहे तो पर्यंत च हा संबध राहतो , जर दुसऱ्याची सुख देण्याची शक्ती संपली कि हा संबध संपतो .हे कामरूपी प्रेम आहे .पण प्रेम हे खर प्रेम असत जेंव्हा प्रेमी आपल्या प्रियातामाच्या सुखाने सुखी होतो ."स्वसुखित्वा पेक्षा तत्सुख "म्हणजे जो प्रेमाचा विषय आहे त्याचं सुखाने प्रेम करणारा सुखी होत असतो किंव्हा सुखी समजत असतो .

वरील सूत्र भक्ती मार्गातील फार म्हत्वाचे सूत्र आहे तसेच आजच्या आधुनिक सुखाच्या संकल्पेनाला हि क्रांतिकारी विचार मांडणारे ,कामना भाव वृत्तीला सहज निरोध करणारे आहे म्हणूनच भक्ती हि कामना रुपी नसून निरोध रुपी आहे हे वरील सूत्रातून आपण बघितलेच आहे .

जहा काम तहा नाम नाही ..... जहा नाम नाही वाहा काम !

दोनो कभी नाही मिले ....रवी रजनी एक धाम ! - संत कबीर–

संत कबीर चा दोहा हेच सांगतो जिथे जिथे भगवंत आहे तिथे तिथे काम वास नाही आणि जिथे जिथे काम आहे तिथे भगवत नाम नाही जसे रवी आणि रजनी दिवस आणि रात्री एकत्र असू शकत नाही .ह्यासंदर्भात एक कथा सांगितली जाते .एकदा भगवान कृष्णा ला मस्तक वेदना होता होत्या .त्यावर उपाय म्हणून नारद महर्षी विचारतात तेंव्हा भगवान म्हणतात" हे मस्तक शूळ कमी होण्यासाठी माझ्या प्रियतम भक्ताची चरणधूळ आणा आणि माझ्या मस्तकावर ती लावा "! आता भगवंताला चरण धूळ द्यायला कोणीही तयार होईना ,सगळी द्वारका पालथी घातली ,वैद्य झाले , श्री कृष्णा च्या सहत्र पत्न्या हि झाल्या पण कोणीही हे महापातक करायला तयार होईना .शेवटी भगवंताच्या आज्ञेनुसार नारद महर्षी गोकुळात आले गोपिकांना विचारायला तेंव्हा त्यांचे मोठे स्वागत झाले आणि गोपिका श्रीक्रीष्ण च्या परम विराहासाक्तीने व्याकुंल अवस्थेत नारद महर्षी ना भेटल्या .तेंव्हा गोपिकांचे नारदांना उत्तर असे होते –"पाहिजे तेव्हढी धूळ घेउन जा ." सर्वांनी आपल्या पायाची धूळ काढून दिली .तेंव्हा नारद म्हणाले "श्री कृष्ण परब्रह्म परमात्मा आहेत , त्यांचं मस्तकावर आपण चरण धूळ लावण म्हणजे नरकात जाण आहे . आपण महापातक करत आहात ह्याचा विचार करा ".त्यावर गोपिका म्हणतात " नारद मुनी आपण हि चरण धूळ लगेचच द्वारकेला घेऊन जा आणि आमचं प्रियतमा ची वेदना दुर होऊ द्या , त्याला सुख झाले तर आम्ही अनंतकाल नरकात राहू , आम्हाला ते स्वर्ग सुखापेक्षाही श्रेष्ठ आहे . हे खर प्रेम आहे .

आमचा नारद भक्ती सूत्रांचा अभ्यास करवून घेणारे एक गुरुजन विवेकानंद केंद्र ,कन्याकुमारी चे एक थोर जीवन व्रती होते . ह्या भक्ती सूत्रावर ते भाष्य करतान हे "नास्त्येव तस्मिन् तत्सुखसुखित्वम् । सूत्र अतिशय महान आहे अस म्हणत" , त्यांनी हे सूत्र संपूर्ण जीवन व्रत म्हणून घेतले होते .आमच्या समोर एका आदर्श भक्ताची जीवन प्रणाली ठेऊन गेले .

द्वितीयोऽध्यायः-परभक्तिमहत्त्वम्

सूत्र -२५
सा तु कर्मज्ञानयोगेभ्योऽप्यधिकतरा ।

सा –ती (भक्ति),तु- परंतु ,कर्म- कृती करण , ज्ञान – शहाणपण,विद्या,योग –ध्यान, समाधी ,अधिकतर – पेक्षा जास्त

परंतु भक्ति हि,ज्ञान ,कर्म, योग मार्ग पेक्षा हि श्रेष्ठतर आहे .

कर्माचे चार प्रकार आहेत नित्य ,नैमित्तिक ,काम्य ,निषिद्ध .

नित्य कर्म – नेहेमी करावयाची कर्म .संध्या ,आन्हिक,पूजा आदि कर्मे नित्य कर्मे होत .

नैमित्तिक कर्म – विशेष करावयाची कर्म .श्राद्ध ,अग्निहोत्र , यज्ञ ,याग ,ग्रहण काळतील कर्म .

काम्य कर्म –सकाम कर्म , विशेष कामना ठेऊन केलेली कर्म - पुत्र कामेष्टी यज्ञ ,गणेश याग यज्ञ , इ ...

निषिद्ध कर्म – टाळावयाची कर्मे , वेदांतात जी करू नये सांगितली आहेत ती कर्मे .सुरापान ,स्त्री , गो हत्या ...इ .

ह्या कर्मामध्ये देश , काल ,वय ,अवस्था ,वर्ण ,आश्रम ,अधिकार अश्या विविध अडचणी येतात .ह्या कर्मामध्ये मंत्र , जप ,तप इ साधनांचा अंतर्भाव होतो ,अंती कर्माचे आचरण करताना अडचणी निर्माण होतात .देश काल जाती आश्रम विघ्ने आली तर स्वतः भगवान दूर करतात .

ज्ञान मार्ग हा वेद ,उपनिषद ,पुराणे,श्रुती ,स्मृती ,सुत्रादि द्वारा सांगितला आहे .ज्ञानाच्या विना मोक्ष प्राप्त नाही होत आणि मुमुक्षु जन अपरोक्ष ज्ञान जाणून ईश प्राप्त करून घेतो .*[1]

*मुमुक्षु –सूत्र ३३ मध्ये पाहावे.

साधन चतुष्टय आदी शंकराचार्य "तत्वबोध" नुसार –नित्य अनित्य विवेक वैराग्य , शमदम दि उपरती ,तितिक्षा ,श्रद्धा ,समाधान ,तीव्र मुमुक्षत्व साधन होय .आजच्या काळात हे साधन साध्य करणे कठीण आणि झाले तरी त्यानंतर गुरु शराणागती, ब्रह्मनिष्ठ,श्रोत्रीय गुरूंची भेट होण ,मग श्रवण ,मनन ,निदिध्यास ,त्यानंतर ईश्वर साक्षात्कार .साधना मार्गातील अडथळे म्हणजे प्रमाण ,प्रमेय इ असंभावनादिकांची निवृत्ती होण कठीण आहे ,त्यातही महावाक्य श्रवण अधिकार फक्त सन्यास वासियांना आहे .थोडक्यात ज्ञान मार्ग अधिकार सर्वाधिकार सर्व सामन्य लोकांपर्यंत पोहोचत नाही .

योगमार्ग यम ,नियम आसंन ,प्राणायाम ,प्रत्याहार धारणा ध्यान व सरते शेवट समाधी असा अष्टांग मार्ग खडतर आहे ,योग मार्गातील अडथळे पतंजली महर्षी नि साधन पाद १-३० सुत्रे पातंजल योग दर्शन भाष्य केले आहे .व्याधी (कफ ,वात ,पित्त प्रकोपाने येणारे ज्वरादी रोग), स्त्यान (योगाचे अनुशाष्ठान कारानायचे चित्ताचे सामर्थ),संशय ,प्रमाद ,वैराग्य नसण,विपरीत ज्ञान ,योग मार्गातील भूमिकांची प्राप्ती न होण ,कदाचित एखादी भूमिका मिळाली तर तिकडे चित्त स्थिर अखंड न राहणे हे अडथळे येतात .ह्याशिवाय श्वास ,प्रश्वास ,दुःख ,दौर्बल्य ,अंगामेजयत्व, इ दोष निर्माण होतात .जे साधकास स्वप्रयत्नाने ,स्वसामर्थ्यावर दूर करावे लागतात .

तसेच कर्म ज्ञान योग ह्या मार्गात भक्तिची अपेक्षा आहे पण भक्ती मार्ग साधन निरपेक्ष आहे कारण भक्ती मार्गात साधन साध्य व साधक त्रिपुटी एकच आहे भक्तिची .तत्पर्यय भक्ती हि स्वतंत्र आहे..

तपस्विभ्योऽधिको योगी ज्ञानिभ्योऽपि मतोऽधिकः ।

कर्मिभ्यश्चाधिको योगी तस्माद्योगी भवार्जुन ॥ भ.गी.६-४६॥

योगिनामपि सर्वेषां मद्गतेनान्तरात्मना ।

श्रद्धावान्भजते यो मां स मे युक्ततमो मतः ॥ भ.गी.६-४७॥

भगवद गीता हि तेच सांगते : तपस्वी पुरुषापेक्षा योगी श्रेष्ठ ,ज्ञानापेक्षाही योगी श्रेष्ठ व विहित कर्म करणाऱ्या पेक्षाही योगी श्रेष्ठ म्हणून हे अर्जुना तू योगी हो .पण पुढे असही म्हणतात " जो श्रद्धा युक्त माझी भक्ती करतो तो सर्व योगांमध्ये युक्त तम श्रेष्ठ आहे ."सूत्र ८१ मध्ये हि हेच सांगितले आहे भक्ती सर्व श्रेष्ठ आहे .

सूत्र २६
फलरुपत्त्वात!

फल - प्रसाद ,रुपत्व - स्वरूप

भक्ती फलस्वरूप आहे .कर्माचे फल चित्त शुद्धी पण पुढे ते हि साधन आहे .योगाचे फल चित्त वृत्ती निरोध, समाधी ,सविकल्प ,निर्विकल्प कैवल्य .ज्ञानच फल मोक्ष प्राप्ती .ह्या सर्व मार्गात साध्य प्राप्त झाल्यावर साधन मार्ग नाहीसा होतो किंव्हा गळून पडतो .पण भक्ती प्रेम हे साधन नसून फल आहे .त्यात गौणी भक्ती ,साधन रूपा भक्ती नंतर परा भक्ती ,मुख्य प्रेम लक्षण भक्ती फलस्वरूप आहे .हेच सर्वोच्च योगाचे फल आहे .ह्या नंतर काहीच नाही - ईश्वर प्रेम ,परम शांती रूप हेच सांगितले आहे .

सूत्र २७
इश्वरस्याप्यभिमानद्वेषित्वात् दैन्यप्रियत्वात् च!

ईश्वर अपि - परमेश्वराला सुद्धा, अभिमान -अहंकार ,द्वेष - आवड नसणे ,दैन्य -लीनता ,प्रिय - आवड असण.

ईश्वराला हि अभिमानाचा द्वेष आहे आणि लीन भाव प्रिय आहे .कर्म मार्गात कर्म अभिमान ,ज्ञान मार्गात ज्ञान अभिमान ,योग मार्गात योग अभिमान उत्पन्न होण्याचा संभव असतो .हा अभिमान ईश्वराला आवडत नाही .कोणाला कदाचित भक्ती मार्गातही अभिमान उत्पन्न होऊ शकेल म्हणून इथ नारदांनी सूचना केली आहे .

अभिमान हा सर्व विकारांचा मूळ आहे व भक्ती मार्गात हि तो घातक आहे .अभिमान व प्रेम एकाच पारड्यात राहू शकत नाही .उदा .गोपिकांना प्रियतम सखा कृष्ण त्याचा अभिमान झाला होता शारदीय पूर्णिमेला यमुना तिरी जेंव्हा भगवद लीला होते रास क्रीडा प्रसंगी तेंव्हा .गोपिकांना रासक्रीडा प्रसंगी भगवद प्राप्तीचा हि अहंकार झाला तो हि भगवन्ताला आवडला नाही म्हणून त्याच क्षणी ते लुप्त झाले ,अंतर्धान पावले आणि मग त्यांना शोधात गोपिका विरह व्यथेत गेल्या ,विरह गीत गायाल .झाडे ,पशु ,पक्षी ,वेली सगळ्या सृष्टीला व्याकुंल होऊन विचारलं तयंचा सखा कुठे आहे .नारदांनी जी भक्ती पर व्याकुंल अवस्था म्हटली आहे ती अशी .भक्ती शास्त्रात गोपिकांचे विरह गीत -गोपा गीत म्हणजे श्रीमद भागवत कथेचा मुकुटमणी आहे . म्हणजेच भक्तीतही एखादे वेळेस अहंकार उत्पन्न होऊ शकतो तो देवाला आवडत नाही .तसच दैन्य म्हणजे लीनता .सर्व प्रकारचा लहानपणा जेंव्हा घ्यावं तेंव्हा माझे सानिध्या प्राप्त होते .लीन दिन म्हणजे लाचार किंव्हा गरीब असा अर्थ नसून निराभिमानी असा आहे.

उदा . महाभारतातील द्रौपदी वस्त्र हरण प्रंसग - जेंव्हा ती करुणा पूर्वक अंतः करणाने स्त्री लज्जा रक्षणा स्तव भगवान श्री कृष्णाचा धावा करते आणि आपल्या हाताने आपले वस्त्र पकडून ठेवते .पण "जेंव्हा तेही वस्त्र हातातून तिने सोडलं दोन्हीही करांनी मला जेंव्हा व्याकुंल

होऊन बोलवलं तेंव्हा मी लगचेच धावून आलो !" - इति भ .कृष्ण .हि निराभिमान स्थिती ,लीन दीनस्थिती , भावावस्था भगवद भक्ती करताना हवी अस नारद मुनी सूचित करत आहेत .

सूत्र २८

तस्याः ज्ञानमेव साधनमित्येके !

तस्य - त्याची , एवं - एकमेव , साधन - मार्ग ,माध्यम.

त्या भक्तीचे ज्ञान हेच साधन आहे .भक्ती फलारूप आहे तर तिचे साधन कोणते .ह्याचा विचार ह्य सूत्रातून केला आहे .

न साधननि मां योगो न सांख्यं धर्म उद्धव

न स्वाध्यायस्त्पस्त्यगो यथा भक्तिर्ममोर्जिता भा।११-१४-२०

जशी दृढ भक्ती मला वश करू शकते तसे मला योग ,ज्ञान ,धर्म ,स्वाध्याय ,तप ,याग इ साधने वश करू शकत नाहीत .भक्तीचे ज्ञान हेच साधन आहे असे मत नारदजी आपले मत सांगत नाहीत तर अन्य कोणाच्या मताचा अनुवाद करतात .

सूत्र २९
अन्योन्याश्रयत्वमित्यन्ये!

अन्य - इतर ,आश्रय -आधार .

भक्ती ज्ञानास व ज्ञान भक्तीस आश्रय आहेत .काही लोकमतानुसार ते एकमेकांवर आश्रय आहेत .

सूत्र ३०
स्वयं फलरूपतेति ब्रह्मकुमारः !

स्वयं - स्वतः , फलरूप- फळास येणे ,ब्रहम कुमार - ब्रह्माचे सुपुत्र सनत ,सनंदन ,सनातन ,सनत्कुमार , व नारद .

ब्रहम कुमारांच्या मते भक्ती स्वतः भक्तीचे फल आहे .ती स्वयं फल देणारी आहे .भक्ती मार्गात ब्रह्मकुमार नारदांचे गुरु त्यांचा हि मोठा अधिकार मनाला गेला आहे.म्हणून त्यांचे मते नारदांनी सांगितले आहे असे म्हणणे योग्य आहे .

सूत्र -३१व ३२
राजगृहभोजनदिषु तथैव दृष्टत्वात्!
न तेन राजा परितोषः क्षुधाशान्तिर्वा!

राजगृह - राजवाडा ,भोजन -जेवण ,आदिषु - राज उपभोग ,विलास आदी ,तथा एवं - त्याप्रमाणेच ,परीतोशः - संतुष्ट होणे ,क्षुधा शांती - तहान भूक शमन होण .

ज्ञान हे भक्तीचे साधन आहे असे जे काही लोकांचे मत आहे त्याचा प्रतिवाद करण्यासाठी व भक्ती हि स्वयं फलारुपा आहे ह्या आपल्या मताला पुष्टी करण्यासाठी सूत्रकार श्री नारद इथे उदाहरण देत आहेत .हे कितपत योग्य आहे हे सांगण्यासाठी हे सूत्र आहे जसे फक्त पाहून राजगृह किंव्हा भोजनाचा आनंद नाही घेतला जात त्यासाठी अनुभव गरजेचा आहे .

भक्ती च्या ज्ञानाने किंव्हा ज्याची भक्ती करायची त्याचं ज्ञानाने भक्ती सुखाची प्राप्ती होत नाही किंव्हा ती त्या ज्ञानावर पण अवलंबून पण नाही .भक्तीत ज्ञान असावे हे खरे पण ज्ञान झाल्याने किंव्हा ज्ञानाच्या द्वारा भक्तिची प्राप्ती होतेच अस नाही .म्हणून ज्ञान हे भक्तीचे साधन नाही .कारण भक्ती हि स्वयं फलारुपा आहे .भक्तीच भक्तीच साधन आहे .ती अनुभव रूपा आहे .त्यामळे भक्तिसुख हे अनुभव सुख आहे .परमानंदाने तृप्त व शांत व्हायचे असेल तर भक्तीचाच आस्वाद घेतला पाहिजे .म्हणून पुढील सूत्रात ते सांगितले आहे .

सूत्र -३३

तस्मात् सैवग्राह्यामुमुक्षुभिः!

तस्मात - म्हणून ,सा - भक्ती , एवं - च ,ग्राह्य - ग्रहण करणे , मुमुक्षु - मुक्ती पर लोकांनी

म्हणून मुमुक्षु जणांनी ती ग्रहण करावी .भक्ती हि स्वयं फलारुप आहे म्हणून मुमुक्षु लोकांनी तीच ग्रहण करावी .

मुमुक्षु कोणास म्हणावे - जीवाचे तीन प्रकार आहेत बद्ध,मुमुक्षु व मुक्त कल्पिअले आहेत .बद्ध तो जो पामर आहे .पामर म्हणजे जो विषय भोगाच्या अधीन आहे ,योग्य अयोग्य ह्याचा विवेक न करता वागणारा .विषय बद्ध जो धर्म अधर्म नुसार विषय भोगाचे सेवन करतो .भोगासक्त जो कर्म फल सक्तीने ,अहंकार ,अज्ञान इ अनेक बनधानाने बांधलेला .

ज्याला पूर्व सुकृताने भगवंताचा पवित्र कथा ,लीला आदि श्रवण करण्याची गोडी लागली असून श्रद्धा उत्पन झाली आहे ,जो विषयांपासून फार विरक्त नाही व आसक्त हि नाही अश्या पुरुषांकरिता भक्ती योग सांगितला आहे .इथे भक्ती चे महात्म समाप्त होते असे नसून जशी आपली साधना वाढत जाते आणि भक्तिची श्रद्धा वाढत जाते तसे तिचे महात्म्य हि वाढतच जाते . सगुणाकडून निर्गुणाकडे जाणारी हि भक्तिची साधने कोणती असा प्रश्न भक्ताला पडला तर पुढील त्रितीय अध्याय सूत्रे आपल्याला मार्गदर्शन करतात .

तृतीयोऽध्यायः – भक्तिसाधनानि

सूत्र ३४

तस्याः साधनानि गायन्त्याचार्याः ।

तस्य - त्या भक्तिची ,साधनांनी -साधने ,गायन्त्या- गाऊन दाखवण, आचार्या - भक्तीचे गुरुजन .

आचार्य गण ह्या भक्तिची साधने प्रेमाने गायन करतात .८३ व्या सूत्रात भक्तीचे आचार्य कोण आहेत ते सांगितले आहेत .कुमार ,व्यास ,शुक ,शांडिल्य ,गर्ग इ . आचार्य कोण जे वेदातील प्रमेय एकत्र करून सिद्धांताची स्थापना करतो म्हणजे बहुजन समाजाला पटवून देतो व स्वतः हि त्याचे आचरण करतो .सद्गुरूनां ही आचार्य म्हटले जाते .

साधन म्हणजे सध्या प्राप्ती इथे भक्ती मध्ये काही अडथळे आले तर ती दूर करणारी .साध्याला पुष्टी देणारी .गायन्ति ह्य शब्द प्रयोगाने साधनेत गोडी आहे हे सिद्ध होते .

सूत्र ३५ व ३६
तत्तु विषयत्यागात् सङ्गत्यागात् च । अव्यावृत्तभजनात् ।

तत - ते साधन ,तू - भक्ती (ती),विषय - भोग वासना ,संग - सहवास वासना ,त्याग - सोडून देणे , अव्यावृत - अखंड पणे , भजन

ते भक्ती साधन अखंड भजनाने सिद्ध होते .विषय भोग म्हणजे तमोगुण आसरा घेण .ते सर्वस्वी अशुद्ध आहेत .श्री कृष्ण अर्जुनाला म्हणतात !" सर्व सुखाचा आराम असा मी असूनही ह्या भ्रन्मात अज्ञानी जीवानां विषयात सुख आहे आणि ते विषयाच्या मागे लागतात .म्हणजे सुख बुद्धीने विषय भोग भोगण्याकडे प्रवृत होतात .(ज्ञानेश्वरी -९-५७-६०) किंबहुना विषय सुख भोगणे हाच पुरुषार्थ वाटतो ".आत्म्याला त्याच्या स्वरूप सुखाचे तो अज्ञानाने आवृत्त झाल्यामुळे भान नसते .म्हणजे खरे सुख विसरतो .अनादी संस्काराने अथवा अज्ञानाचा शक्ती विशेषा मुळे विषयच सुख समजून त्याचं मागे लागतो .

कोणास वाटेल कि विषय भोगले तर काय बिघडलं ,अनुकूल विषयापासून जर सुख भोग घेता येत असेल तर काय हरकत आहे .ह्याचे उत्तर हेच कि विषयात सुख प्राप्त होते हा भ्रम आहे कारण सुख प्राप्त होण हा जड विषयाचा धर्म नाही .

ध्यायतो विषयान्पुंसः सङ्गस्तेषूपजायते ।

सङ्गात्सञ्जायते कामः कामात्क्रोधोऽभिजायते ॥ २-६२॥

क्रोधाद्भवति सम्मोहः सम्मोहात्स्मृतिविभ्रमः ।

स्मृतिभ्रंशाद् बुद्धिनाशो बुद्धिनाशात्प्रणश्यति ॥ २-६३॥

श्री भगवान कृष्ण म्हणतात " अर्जुना ! विषय आदी इंद्रिये संयोगा पासून झालेले भोग दुःखाचे कारण बनतात कारण ते उत्पती विनाशावन आहेत .विनाशाची हि साखळीच ६२-६३ श्लोकात सांगीतली आहे .आधी विषय वासना उत्पन होते ,त्यातून संग होतो ,संगातून काम वासना तयार होते , कामातून क्रोध तयार होतो ,क्रोधाने काय करावे आणि काय करू नये हा बुद्धी विनाश होतो आणि तो

झाला कि माणसाची स्मृती निघून जाते .आणि ती गेली कि बुद्धीनाश होऊन मनुष्य विनाशाकडे जातो ."

ज्ञानी भक्त ह्या विषय सुखात रमत नाही .

कबीरजी सुंदर लिहितात -

कबीर यह तन जात है - सके तो ढऔर लगा!

काई सेवा कार साधू कि काई गोविंद गुण गा !

आपले हे शरीर रोज मृत्यू च्या जवळ जात आहे ,हमे इस जीवन को कूछ सार्थक करना चाहिये ! हमे भगवान के गुण को याद रखना चाहिये !.

जो तू चाहे मुक्ती को ----छोड दे सबकी आस !

मुक्त हि जैसा हो रहे सब कूछ ते रे पास !

यदिआप मोक्ष चाहते है तो आपको सभी इच्छा को त्यागाना होगा ! एक बार आप मोक्ष हासील कर लेते है तो सब कूछ पा लेते है .

योग शास्त्रात विषयात विवेकी दुःख कसे जाणतो -

परिणाम ताप संस्कारदुःस्वैगुणवृत्ति विरोधाच्च दुःखमेव सर्व विवेकिनः पा।यो।सु १-१५

परिणाम ,ताप संस्कार दुःख परस्पर अत्यंत विरुद्ध अश्या सुख दुःख मोह रूप गुणाच्या वृत्ती आहेत त्यांनी विवेकी पुरुषाला सर्वच दुःख म्हणजे प्रतिकूल वाटते .विषय त्याग म्हणजे निषिद्ध विषय त्याग करणे होय .अन्न पदार्थाचे सेवन त्यागू नये .

संगत्याग म्हणजे आसक्ती . ती इंद्रियात नसून अंतःकरणात आहे आणि तीच राग द्वेषाच मूळ कारण सांगीतली आहे म्हणून भक्तीस ती विरोधी आहे ."जो आ सकती (सक्ती) है वो जा सकती भी (सक्ती) है"!

तुकाराम महाराज म्हणतात भक्ती मार्गात भगवद सक्तीच अभिप्रेत आहे आणि तिचे अकरा प्रकार असून नारदानांनी ८२ व्या सूत्र मध्ये स्पष्ट केली आहे .

एकनाथी भागवद २-२९३ -

इंद्रिये कोंडवी न लागती !सहज राहे विषया सक्ती !

एव्हढी सामर्थ्य हरिभक्ती ! योगी इंद्रिये कोंडती !

भक्ती ती लाविती भगवद भक्ती !

योगी विषय जे त्यागिती ! ते भक्त अर्पिती भगवंती !तेणे होय नित्य मुक्ती!

ह्या साठीच अखंड हरीचे भजन करणे हेच साधन आहे .

हरिभजने सांडता होय देह दुःख धरिता जाय ते दुःख . असे भजन कि जे करता परत मागे न फिरणे होय म्हणजेच विषयात परत गुंतणे न होय .

यो विद्याश्रुतस्म्पन्न आत्मवान नानुमानिकः

माया मात्रमिदं ज्ञात्वा ज्ञानं च मयि संन्यसेत् ! भा. ११संक्द -११

फक्त तर्कावर अवलंबून न राहता ज्याने उपनिषद आदी शास्त्रांचे ज्ञान प्राप्त करून आत्मसाक्षात्कार करून घेतला आहे ,त्याने हे विश्व हि केवळ माझ्यावर भासणारी माया आहे हे जाणून नंतर ते ज्ञान सुद्धा माझ्यातच सोडून द्यावे .

ज्ञानी पुरुषाचे ध्येय ,फळ त्याच्या प्राप्तीचे साधन ,स्वर्ग आणि मोक्ष सुद्धा मीच आहे .माझ्याशिवाय दुसऱ्या कोणत्याही पदार्थावर तो प्रेम करत नाही .ज्ञान आणि विज्ञान ने संपन्न असलेले सिद्ध पुरुष माझ्या खऱ्या स्वरूपाला जाणतात म्हणून ज्ञानी मला सर्वांपेक्षा अधिक प्रिय आहे .ज्ञानाच्या एका अंशाने सुद्धा जी सिद्धी मिळू शकते ती तपश्चर्या ,तीर्थयात्रा ,जप ,जाप्य ,दान किंव्हा अन्य कोणत्याही पवित्र क्रियांनी पूर्णपणे मिळत नाही .म्हणून उद्धवा ! तू ज्ञानासाहित आत्मस्वरुपाला जाणून घे आणि नंतर ज्ञान विज्ञानाने संपन्न होऊन भक्ती भावाने माझे भजन कर .

जेंव्हा उद्धव श्री कृष्ण भगवान ना भक्ती योग काय आहे हे सांगण्याची विनंती करतात तेंव्हा भगवान उत्तर देतात -"

श्रद्धामृतकथायां मे शश्र्वन्मदनुकिर्तनम्

परिनिष्ठा च पुजयां स्तुतिभिः स्त्वनं मम्! भा.२०

माझ्या अमृतमय कथांविषयी श्रद्धा ठेवावी , नेहेमी माझ्या गुणांचे आणि नामांचे संकीर्तन करावे .माझी पूजा करण्यात अत्यंत निष्ठा ठेवावी .आणि स्तोत्रांच्या द्वारे माझी स्तुती करावी .

सर्व भुतेषु मन्मतिः! भा .२१

सर्व प्राण्यामध्ये मला पाहावे .हे उद्धवा ! ज्याच्या मुळे माझी भक्ती उत्पन्न होते तोच धर्म होय .ज्याच्या मुळे ब्रह्म आणि आत्मा ह्यांचं एकतेचा साक्षात्कार होतो तेच ज्ञान होय आणि विषयांपासून अलिप्त राहणे हे वैराग्य होय आणि अणिमा आदि सिद्दी हेच ऐश्वर्य होय .

सूत्र -३७

लोकेऽपि भगवद्गुणश्रवणकीर्तनात् ।

लोक - व्यवहारात ,अपि - सुद्धा ,भगवद - भगवंताचे ,गुण श्रवण - गुणाचे वर्णन कान देऊन ऐकण , कीर्तन - क्रिया करण.

लोक व्यवहारातही भगवत गुण श्रवण कीर्तनाने भक्तिची प्राप्ती होत असते .

भजन धातूपासून भगवान भगवद

गुण श्रवण कीर्तन हि पद आली आहेत .

भगवत चा अर्थ शुद्ध प्रब्रह्म, जो विषय विकारांपासून अलिप्त आहे तो , सर्व कारणाचे कारण आहे ,सर्व जगाचे भरण पोषण करणारा .

भ - भ +ऊ - भू कार - संभर्ता(निर्माण करणारा) ,भरण पोषण करणारा

ग - नेता ,गमयीता ,सृष्टी -नेता स्थिती कर्ता ,संहार कर्ता

व - वास करणारा , सर्व अंतर्यामी असणारा

त - त्याज्य गोष्टींचा त्याग करणारा .

भगवद गीतेतील १६ अध्याय' दैवासुर संपदविभाग योग' हि आपल्याला आसुरी गुणासोबत दैवी गुण चे दर्शन करवितो .

अभयं सत्त्वसंशुद्धिर्ज्ञानयोगव्यवस्थितिः ।

दानं दमश्च यज्ञश्च स्वाध्यायस्तप आर्जवम् ॥ १६ -१॥

अहिंसा सत्यमक्रोधस्त्यागः शान्तिरपैशुनम् ।

दया भूतेष्वलोलुप्त्वं मार्दवं ह्रीरचापलम् ॥ १६ -२॥

तेजः क्षमा धृतिः शौचमद्रोहो नातिमानिता ।

भवन्ति सम्पदं दैवीमभिजातस्य भारत ॥ १६ -३॥ भ.गी .

नवविधा भक्ती रस मध्ये श्रवण भक्तीला अनन्य साधारण महत्व आहे ,भगवंताचे नाम चरित्र व गुण इ श्रद्धा पूर्वक ऐकण , अलौकिक आशय चं भागवत कथांचे श्रवण करून हृदयात भागवद भक्ती विषयी प्रेम भक्ती निर्माण होण हे फल आहे .भगवान चं जन्म कथा ,लीला ,अवतार कथा इ चे हृदय पूर्वक श्रवण करून चित्त मल दूर होण आणि नाम स्मरण सतत होण हे फलित होय .

कीर्तन्द्वारे भगवंताच्या गुण लीला चे वर्णन नाम कीर्तन ,गुण कीर्तन ,लीला कीर्तन इ कीर्तनाचे विविध पैलू आहेत .जाणकार कीर्तनकार अव्याहत पणे भारुड ,विरहिणी ,आर्या आशय चं विविध माधाय्मातून कीर्तन करतात .महाराष्ट्राची कीर्तन परंपरा अति प्राचीन आहे व बहु श्रुत आहे .कीर्तन ,पोवाडे ,भारुड ह्या सारख्या माधाय्मातून भक्ती रस व सामाजुपयोगी संदेश हि अनेक संत परंपरेन आलेलें वारसा ज्ञान आहे आणि आज देश विदेशात वेगवेगळ्या विद्यापीठातून योग ,कीर्तन ,याग ह्य सारख्या कला अभायास्क्रमाद्वारे शिकवल्या जात आहेत .

महाराष्टातील संत एकनाथ ,संत तुकाराम , संत गोरा कुंभार ,संत ज्ञानेश्वर ,संत मुक्ताई ,संत निवृत्ती नाथ ,संत जनार्दन स्वामी , संत वारकरी संप्रदाय , आधुनिक संत बहिणाबाई .

हरी मुखे म्हणा हरी मुखे म्हणा पुण्याची गणना कोण करी !

मनुष्याच सर्व पापांचा नाश करण्यासाठी भगवंताचे गुण कर्म व नाम संकीर्तन हे साधन आहे .

तात्पर्य जीवनात भक्ती सिद्ध होण्याकरता नारद महर्षींनी गुण श्रवण कीर्तन हे सुलभ साधन सांगितले आहेत .

सूत्र ३८
मुख्यतस्तु महत्कृपयैव भगवत्कृपालेशाद् वा

मुख्य - प्रामुख्याने ,अस्तु -असणे , महत - महान आत्मा ,वा -किंव्हा ,भगवद - भगवंताची कृपा असण

प्रामुख्याने ती भक्ती महान असे जे महात्मे पुरुष आहेत त्यांच्या कृपेनेच अथवा भगवंताच्या अंश मात्र कृपेने प्राप्त होते .

मागच्या सूत्रात भक्तिची साधने आचार्य सांगतात ,ते सांगून पुढील सूत्रात विषय त्याग ,संगत्याग ,अव्यावृत भजन ,भगवद गुण श्रवण कीर्तन इ साधनाचा अनुवाद केला आहे .त्या सर्वांमध्ये मुख्य साधन म्हणजे जे महात्मे ,जे संत सद्गुरू यांची कृपा किंव्हा भगवंताची अंश का होईना कृपा असण अत्यंत महत्त्वाचे आहे .

महत म्हणजे महान असा ,श्रेष्ठ अनुभूतीने युक्त असा पुरुष .

सामान्य जो षड रिपुना मान्य करणारा तो .

साधारणजो षड रिपुना धारण करणारा तो .

साधक जो षड रीपुना धाकात ठेवणारा तो .

साधू जो षड रिपुना धुऊन टाकणारा तो .

संत जो षड रिपुना अंत करणारा तो .

महात्मा जो षड रिपुंवर मात करून सर्व अंतर यामी एक आत्मा बघणारा तो .

पुण्यात्मा जो षड रिपुनवर विजय प्राप्त करून भगवद भक्ती प्राप्त होणारा तो .

पं.योगानंद म्हणतात - "मनुष्य जन्म मिळणं हीच एक दुर्लभ गोष्ट आहे त्यात गुरु कृपा लाभण हि दुसरी दुर्लभ गोष्ट , आणि ईश्वर अनुसंधान लागण हि सर्वैत्तम दुर्लभ अशी गोष्टी आहेत आणि ह्या तीनही गोष्टी ज्याला प्राप्त झाल्या त्याला महान, दुर्लभ असा गुरुचा सहवास लाभला किंव्हा अंश मात्र का होईना ईश्वर कृपा झाली "! .

पिप्पलाद महर्षी कृत गर्भ उपानिषद मधील गर्भ स्वगत आपल्याला दुर्लभ अश्या भगववन्ताचे स्मरण अखंड करत राहावे ह्याचीच आठवण करून देतात -

"जातस्यैव मृतस्यैव जन्म चैव पुनः पुनः

अहो दुःखो दधौ मग्नः न पश्यामि प्रतिक्रियाम्

यन्मयापरिजन्स्यार्थे कृतं कर्म शुभशुभम्

एकाकी तेन दह्यमि गतास्ते फलभोगिनः!!

यदि योन्यां प्रमुञ्चामि सांख्यं योगं समाश्रये

अशुभ क्षय कर्तारं फ़लमुक्तिप्रदयकम्!

यदि योन्यां प्रमुञ्चामि तं प्रपद्दे महेश्वरम्

अशुभ क्षय कर्तारं फ़लमुक्तिप्रदयकम्!

यदि योन्यां प्रमुञ्चामि तं प्रपद्दे भगवन्तं नारयणं देवम्

अशुभ क्षय कर्तारं फ़लमुक्तिप्रदयकम्!!

यदि योन्यां प्रमुञ्चामि ध्याये ब्रह्म सनतनम्!"गर्भ उपनिषद -३

गर्भ स्वतः जाणून घेतो गर्भ अवस्थेत असतना अनेक जन्म मी अनेक मातांचे उदरी जन्म घेतला आहे ,अनेक मातांचे स्तन पान केले आहे ,विविध आहार घेतला आहे ,अशुभ आणि शुभ कर्मे करून पुन्हा मनुष्य योनीत जन्म घेत आहे ज्या साठी नाना, यातना कष्ट सहन करावे लागत आहेत आणि ते दूर करायला उपाय कोणताही सापडत नाही . ज्या शरीराने सुख अनुभवले ते विविध माझेच जन्म आता गेले , माझ्या चांगल्या वा वाईट कर्मांचे फल भोगून मी आता एकाकी आहे.

जेंव्हा मी ह्या गर्भ वासातून बाहेर येईन तेंव्हा सांख्य योग , जप, तप, ध्यान करून , त्या नारायणाचे चिंतन करून स्वतःला मुक्त करून घेईन !'"

असे गर्भ ठरवितो आणि जसा योनी द्वारातून बाहेर येतो तसा वैष्णवी मायेने सर्व विस्मृतीत जातो आणि जो आधी गर्भ अवस्थेत च सोहम चे ध्यान करत असतो तोच आता कोहम ध्यान करू लागतो .

श्रीभगवानुवाच ।

इमं विवस्वते योगं प्रोक्तवानहमव्ययम् ।

विवस्वान्मनवे प्राह मनुरिक्ष्वाकवेऽब्रवीत् ॥ ४-१॥

एवं परम्पराप्राप्तमिमं राजर्षयो विदुः ।

स कालेनेह महता योगो नष्टः परन्तप ॥ ४-२॥

स एवायं मया तेऽद्य योगः प्रोक्तः पुरातनः ।

भक्तोऽसि मे सखा चेति रहस्यं ह्येतदुत्तमम् ॥ ४-३॥ भ.गी -

भगवद गीतेतहि भगवान श्रीकृष्ण अर्जुनाला हेच सांगत आहेत -" हे परंतप अर्जुना ! हा परमश्रेष्ठ ज्ञान योग मी प्रथम सूर्य विवस्वनाला सांगितलें आणि मग "विवस्वनाने "तो आपला पुत्र "मनुला"(भारताचे प्राचीन स्मृतिकार) सांगितला ,मनु ने तो आपला पुत्र "राजा इशाक्कू "ला सांगितला आणि तिथून तो अनेक राजे ,विद्वान जन लोकांपर्यंत

पोहोचला ,असा काळाच्या ओघाने नष्ट झालेला असा महान पुरातन योगरहस्य भक्त ,सखा असलेल्या तुला सागंत आहे.

।4.3।। स एव अयं मया ते तुभ्यम् अद्य इदानीं योगः प्रोक्तः पुरातनः भक्तः असि मे सखा च असि इति। रहस्यं हि यस्मात् एतत् उत्तमं योगः ज्ञानम् इत्यर्थः।।भगवता विप्रतिषिद्धमुक्तमिति मा भूत् कस्यचित् बुद्धिः इति परिहारार्थं चोद्यमिव कुर्वन् ! -आदी शंकराचार्य .

आणि खरच आहे तो अर्जुन दुसरा तिसरा कोणी नसून आपणच आहोत , आपल्याला विस्मरण झालले ज्ञान पुनर्स्थापित होण्यासाठी भक्ती द्वारा नारद महर्षी रुपी योगेश्वर सर्व भक्त जनांना सांगत आहेत.

संत कबीर म्हणतात -

" गुरु गोविंद दो खडे ,का के लागू पैर!

ना काहु से दोस्ती न काहु से बैर!१!

गुरु को सर सर रखिये ! चलिये आज्ञा मही!

काहे कबीर ता दास को ! तीनो लोक भय नाही !!२!

यह तन विष कि बेलरी !गुरु अमृत कि खान !

सीस दिये जो गुरु मिले ! तो भी सस्ता जान!३!"

गुरु आणि गोविंद दोघेही उभे आहेत ,कोणाच्या पाया पडू , गुरु च्या च पाया पाडीन कारण गुरु हेच भगवंता समान आहेत . विष रुपी शरीरात गुरु रुपी अमृत खाणी आहेत ते प्राप्त करायला जरी शिर द्यावे लागले तरी ते स्वस्तात आहे इतके गुरूच मोल अमोल आहे .

सूत्र ३९
महत्सङ्गस्तु दुर्लभोऽगम्योऽमोघश्च !

महत संग - मोठ्या लोकांचा संग ,दुर्लभ - कठीण ,अगम्य - सूक्ष्म /कधीही न जाणारीं , अमोघ - कठीण ,दुर्मिळ.

संत ज्ञानेश्वर "पूर्व जन्मी सुकृते थोर केली !ती मज आजी फळासी आली !

परमानंदु आजी मानसी ! भेटी झालीया संतांसी !

पुण्याफले बहुता दिवस ! भाग्य उद्याचा ठसा ! झालो सन्मुख तो कैसा !

संत चरण पावलो ! भाग्याचा उदय ते हि जोडी संत पाय !".

संत तुकाराम "ज्यासी भगवद भक्तिची अति गोडी ! त्यावरी भगवंताची आवडी !त्यांची भेटी ते होय रोकडी ! जै पुण्याच्या कोडी तिष्ठति !

तुलसीदा रामचरित मानस मध्ये सत्संगाचे महत्व देत आहेत " ससंग के बिना विवेक नाही होता और श्री रामजी कि बिना वह सत्संग सहज मिलता नाही .संसगती आनंद और कल्याण कि जड है ."

दुष्ट जन हि सत्संगाने सुधारतात .सत्संगाची महती सांगताना ते म्हणतात जसे परीस स्पर्शाने लोहाचे सोने होते तसे साधू पुरुषाच्या संगाने दुष्ट जनही परिवर्तीत होतात ..

सूत्र -४०
लभ्यतेऽपि तत्कृपयैव !

अपि - ते सुद्धा ,लभ्यते - लाभ होतो ,तत कृपा एवं - कृपेनेच .

भगवंताच्या कृपेनेच भगवद भक्तीचा लाभ होतो ,सद्‌गुरू सहवास प्राप्त होतो .

संत नामदेव , संत ज्ञानेश्वर, गोराकुंभार ,रामदास ,कबीर ,मीरा ,चैतन्य महाप्रभू अलीकडील योग परंपरेतील स्वामी .युक्तेश्वर गिरी , परमहंस .योगानंद ,स्वा.विवेकानंद , पं.स्वा.सत्यानंद सरस्वती ,पं.स्वा शिवानंद सरस्वती ,योगाचार्य सत्य कार्मानंद , डॉ.नागेंद्र ...(अशी अनेक सर्व साधक, भक्त देश व विदेशातून आहेत पण सर्वांचीच इथे नोंद करता येणे अशक्य आहे ,तरी क्षमस्व) भगवद भक्ती प्राप्त भक्त काही उदाहरणे आपल्या समोर आहेत .

सूत्र४१
तत्स्मिंस्तजने भेदाभावात्!

तस्मिन -त्याठिकाणी (भक्तीच्या ठिकाणी),जने- माणसे, भेद -फरक ,अभाव - नसणे .

गुरुकृपा प्राप्त ठिकाणी आप पर असा भेद भाव राहत नाही .सद्‌गुरू कृपा सर्वत्र सारखी असते ,उच्च नीच ,गरीब श्रीमंत , गोरा काला असा कोणताही भेदभाव नसतो .

सूत्र ४२
तदेव साध्यतां तदेव साध्यताम् !

तद एवं - तो एकच ,साध्यतां - साध्य होणे .

तो एकच संग साधावा ,सत्संग , महत कृपा च साध्य करावी .

सूत्र - ४३
दुस्स्ङ्ग् सर्वथैव त्याजः!

दुष्ट जणांचा संग सर्वतोपरी त्याग करावा

दुर्जन हे दुसरे तिसरे कोणीही नसून आपल्याच अंतर्यामी आहेत , त्यांना हुडकून त्यांना सर्वतोपरी त्याग करावा .दुष्ट संग अंतर बाह्य टाकला पाहिजे .

भागवत पुराणात कपिल देव्हुती संवाद आहे -

सत्यं शौचं दया मौनं बुद्धिः श्री ह्रिर्यशः क्षमा

शमा दमा भगश्चेति यत्संगाद्याति संक्षयम् भा। ३-३१-३३

दुष्ट संगाने सत्य ,पावित्र्य ,दया ,मौन ,मनन शीलाता ,बुद्धी ,लज्जा,श्री ,कीर्ती ,क्षमा ,मनःशांती ,इंद्रिये ताब्यात राहणे आणि ऐश्वर्य इद्यादी गुणांचा नाश होतो .

सूत्र ४४
कामक्रोधमोहस्मृतिभ्रंशबुद्धिनाशकारणत्वात्!

काम - वासना ,क्रोध- आसक्ती , मोह -संग्रह करणे, ,स्मृती-धरून ठेवण - भ्रंश -भ्रम ,बुद्धी नाश तर्क वितर्क नाश होणे.

भगवद गीता -

ध्यायतो विषयान्पुंसः सङ्गस्तेषूपजायते ।

सङ्गात्सञ्जायते कामः कामात्क्रोधोऽभिजायते ॥ २-६२॥

क्रोधाद्भवति सम्मोहः सम्मोहात्स्मृतिविभ्रमः ।

स्मृतिभ्रंशाद् बुद्धिनाशो बुद्धिनाशात्प्रणश्यति ॥ २-६३॥

गीतेतील हे प्रसिद्ध श्लोक आपल्याला पुन्हा जाणीव करून देतात कि वाईट संगातून वासना ,वासनेतून , क्रोध ,क्रोधातून संमोह ,मोहातून स्मृती भ्रम आणि स्मृती भ्रम झाला कि बुद्धी नाश ह्या दुष्ट चक्रातून सुटण्यासाठी दुष्ट जनांना ,विचारांना सद्सद विवेकी माणसाने दूर करावे .

सूत्र ४५
तरङ्गायिता अपीमे सङ्गात् समुद्रायन्ते ।

अपि - सुद्धा ,इमे - ह्या दुष्ट विचार, संग - सहवासाने , समुद्रायान्ते - विशाल होण .

वरील सूत्राला अनुसुरून हे सूत्र लिहील आहे , दुष्ट विचार ,भावना संग जे जरी सुरवातीला थोडे वा छोटे असले तरी ते महासागर प्रमाणे विशाल होतात आणि तसे झाले तर भक्ती नाहीशी होते . थोडक्यात

अंशतः असणारे / दिसणारे दोष अथवा आरंभि भक्ती मार्गात समुद्रा एव्हढे रूप धारण करू शकतात .

सूत्र ४६

कस्तरति कस्तरति मायाम् यः सङ्गं त्यजति यो महानुभावं सेवते निर्ममो भवति ।

कस्तरती - (कोण तरुन जातो)प्रश्न केला आहे , माया - जगत , महानुभाव - गुरु सानिध्य , महान सहवास, निर्मम - मोहाविरहित

नारद महर्षी ह्या सूत्रात स्वतः प्रश्न करत आहेत या मायेतून कोण तरुन जातो ? जो सर्व संगाचा त्याग करतो , जो निर्मम म्हणजे कुठेही माझेपणाचा अभिमान ठेवत नाही तो भक्त ह्या मायेतून तरुन जातो .

माया म्हणजे विक्षेप ,अज्ञान .तसेच अघटीत घडवून आणण्याचा शक्तीसही माया अस म्हणतात .शुद्ध चैत्यन्याला जीव दशेत अडकून संसारात अडकवणारी ती माया .

संत ज्ञानेश्वर म्हणतात मायेच्या दोन शक्ती आहेत एक आवरण व दुसरी विक्षेप .आवरण शक्तीने ती शुद्ध चैतन्याला झाकून टाकते ;ती त्याला आपल्या स्वरूपाचा विसर पाडते हेच अज्ञान .विक्षेप शक्तीन सर्व सृष्टी उत्पन्न करते तसेच जीवाला देह व्यायाचा अहंकार घाय्यायला लावते आणि कर्तुत्व ,भोगतृत्व करणारा आणि भोगणारा आणि मी पणा निर्माण करते ती माया .

ए.भा .अ -३ मायेचे सविस्तर वर्णन वाचावे .दुःखाचे मूळ कारण माया आहे .स्वरूपाचे अज्ञान म्हणजे माया .

दैवी ह्येषा गुणमयी मम माया दुरत्यया ।

मामेव ये प्रपद्यन्ते मायामेतां तरन्ति ते ॥ भ.गी ७-१४॥

श्री कृष्ण ' हि माझी त्रिगुणात्मिका दैवी माया तरुन जाण्यास दुस्तर आहे .जे मला शरण येतात ते हि माया तरुन जातात .

संगत्याग दोन प्रकार आहेत .संग ,संबंध व उपाधी हे सर्व एकच अर्थ आहेत ,अनेक उपाधी (मी अमुक ह्याचा , मी तमुक त्याचा तो ...) वगैरे .आपणच स्वतः ला कधी विचारले तर आपला आतला आवाज आपल्याला असाही सवांद करवतो "अरे तू कोणाचा कोण ? कोण आई ?कोण बाबा ? ,कोण सखा ,आप्त व स्वकीय परकीय कोण इ ह्या सर्व देहाशी निगडीत उपाधी आहेत .स्वतः च्या देहाला जर मी माझा देह आहे अस म्हटलं तर तो देह हि पंचाम्हाभूतात विलीन होतो .मग उरत काय तर हा माझा ,तो माझा ...वगैरे सर्व संबंध आणि ह्या उपाधी आहेत .त्यामुळे फक्त अहंकार वाढतो आणि ममत्व ". जगदगुरू शकराचार्यांनी हि "निर्वाण षटकात" असेच म्हटले आहे हि आठवण होते .जीव त्यात अडकून बांधला जातो .म्हणून अतरंग संग आणि बहिरंग संग असे दोन प्रकार आहेत जे परमात्म्यापर्यंत जाऊ देत नाहीत .ह्या संगामध्ये असलेली आसक्ती दूर करणे ह्याचाच अर्थ दुःसंग त्यांग .

महानुभाव सेवते म्हणजे काय -ज्ञानाचा प्रकार .जे दोन प्रकार आहे - एक स्मृती आणि दोन अनुभव .प्रमाणापासून तयार झालेल्या ज्ञानाला अनुभव म्हणतात व अनुभवाने जे संस्कार होतात त्यासापून जे ज्ञान होत ते स्मृती ज्ञान .सर्वांचे अनुभव हे तुटपुंजे आहेत कारण दोष पूर्ण भ्रम पद आहेत .

महानुभाव कोणता ? ज्या अनुभवाचा विषय मोठा ,प्रमाण निर्दोष आहे व अनुभव घेणारा व्यक्ती तो एक परमात्माच आहे ह्या तादात्याम्याने भक्तांना अनुभव येतो अश्या महानुभावी संत सेवा साधकाला भक्ताला माया नदीतून पार करवते .

श्रीमद .भागवतात(स्कंद ५ अध्याय १३) तपस्वी स्वायंभुव वंशी ऋषभ देव पुत्र राजा भरत जे केवळ एका हरिणाच्या आसक्ती पोटी अनेक कोटी वर्ष तप साधना करूनहि पुढील जन्म मृग व जड भरत रुपात घेतात ती कथा आलेली आहे .त्या कथेचे तात्पर्य हेच आहे कि

आसक्ति च जन्म मरणाच्या चक्रात अडकवत असते .गुरु सानिध्य ,ज्ञान आणि भक्ती मार्गाद्वारे ह्य चक्रातून आपली सुटका करून घेऊ शकतो ,आणि जड भरताने हि ह्या ज्ञान रुपी भक्ती मार्गानेच मृग जन्म आणि नंतर जडभरत जन्म द्वारा आपली सुटका करून घेतली .

सूत्रे ४७

यो विविक्तस्थानं सेवते यो लोकबन्धमुन्मूलयति निस्त्रैगुण्यो भवति योगक्षेमंत्यजति ।

विविक्त स्थान - एकांत ,सेवते - लाभ घेण , लोकबंधन- लोक संग्रह / बंधन असंण,उन्मलयाती- पार करतो ,योगक्षेम - चरितार्थ

जो एकांत वासाचा त्याग करतो ,लोक बंधन हि तोडून टाकतो ,जो तीन गुणांनी विरहित होतो ,जो योग आणि क्षेम हि त्याग करतो तो हि माया तरुन जातो .

विविक्त स्थान म्हणजे एकांत वास .साधने मध्ये प्रमुख आहे .लोक संसर्गा पासून दूर राहून मनन चिंतन एकाग्रता साधण्यासाठी,शांत निरामय जीवनासाठी आवश्यक आहे .म्हणून नारदांनी भक्ती साधनेंत हे सूत्र एका भक्ताला आवश्यक असे नोंद केले अस वाटत .

उदा .पांडव संपूर्ण महाभारत संपल्यावर एकांत वासात गेले .तपश्चर्यासाठी राजा भ्रतृहारीने गोरक्ष नाथांना विचारले माझ्यासारखे सर्व राज्य टाकून कोणी असा परमार्थ ला लागला आहे का .त्यावर त्यांनी उत्तर दिले ९९ कोटी राज्यांनी राज्य त्याग करून वनवास मार्ग पत्करला आहे .

पुत्रेषणा,वित्तेषणा हि साधकाला जास्त बाधक आहे .लोक स्तुती करायला लागले कि बर वाटत पण त्याबरोबर निंदा हि येतेच .भक्त साधकाला हि जास्त बंधन कारक असते .

त्रिगुण म्हणजे सत्व ,रज ,तम .सत्व गुण सुख संग व ज्ञान संगाने बांधतो .राजो गुण आसक्ती ने बांधतो .तमो गुण अज्ञान ,प्रमाद आलस्य ,निद्रा ह्याच्या द्वारे बांधतो .हे बंधन बाहेरचे नसून आंतर यामी चे आहे म्हणून ते आतूनच तोडणे आवशयक आहे .तसेच हे त्रिगुण एक प्रकारचा अहंकार निर्माण करतात म्हणून तो दूर व्हायला हवा.

मां च योऽव्यभिचारेण भक्तियोगेन सेवते ।

स गुणान्समतीत्यैतान्ब्रह्मभूयाय कल्पते ॥ भ .गी .१४ -२६॥

जो अव्यभिचारी भक्तीने मला भजतो ,सेवा करतो तो गुणाच्या पलीकडे जाऊन त्याला ब्र्हमत्व पाप्रत होण्याची योग्यता आहे .(भागावद धर्म अव्यभिचारी भक्ती - सर्वा भूती परमेश्वर पाहणे जे आचरण करायला कठीण आहे पण अश्यक नाही म्हणून साधने सागताना नारदांनी ह्या सूत्रात उल्लेख केला आहे .) योगक्षेम त्यजति म्हणजे

त्रैगुण्यविषया वेदा निस्त्रैगुण्यो भवार्जुन ।

निर्द्वन्द्वो नित्यसत्त्वस्थो निर्योगक्षेम आत्मवान् ॥भ.गी २-४५॥

हे अर्जुना !,वेद जे त्रिगुण (सत्व रज तम) कार्य वर्णन करतात त्या त्रीगुणाच्या पलीकडे जा ,द्वंद्व -सुख आणि दुःख ,शीत आणि उष्ण हाय सर्वांच्या पलीकडे जा, निरन्तर जो परमात्मा आहे त्या मध्ये स्थिर हो , योग आणि क्षेम ह्यांची चिंता न करता आत्मवान हो ,आपल्या विमल विशुद्ध चैतन्य रूपि अत्मास्थित्त राहा .

नारद महर्षी भक्तिमार्गाचे साधन सांगताना जे प्रमुख साधन आहे संपूर्ण शरणागत भाव होऊन ,शुद्ध अंतः करण पूर्वक भक्ती करण ते सांगत आहेत .ह्या भक्तीचा सुरवातीला हि उल्लेख आलेला आहे .

सूत्र ४८

यः कर्मफलं त्यजति कर्माणि संन्यस्स्यति ततो निर्द्वन्द्वो भवति ।

यः- जो ,कर्मफळ - कर्माचे फल ,त्यजति - त्याग करणे ,कर्माणि- कर्म, संयास्यात - त्याग करणे ,ततो -तेंव्हा ,निर्द्वंद्व - द्वंद्व विरहित असणे .

मायेतून कोण तारतो जो कर्मफलाचा त्याग करतो इतकच नव्हे तर कर्माचा हि त्याग करतो .भक्ती मार्गातील साधनेचा विचार करताना मागील साधना मार्गा बरोबर आता कर्म आणि कर्मफळ ह्या दोहोंचा त्याग करून द्वंद्व पालीअकडे भक्त जातो अस नारद मुनी सांगत आहेत .साधना मार्गात हा जणू चढता क्रम नारद महर्षी सांगत आहेत अस वाटत .

सुरवातीला संग त्याग , विषय वासना त्याग करायला सांगत आहेत मग त्यासोबत भगवन नाम ,अक्षय अस भजन ,पूजन आदी ,श्रवण कीर्तन करायला सांगतात .ह्या सर्व भक्ती पंथात भगवद कृपा किंव्हा गुरूंचे महत्व सांगतात .आणि पुन्हा ते साध्य करण्यासाठी काम, क्रोध, मोह ह्या षड विकारांना दूर सारा असा एकनाथी भारुडा सारखा उपदेश करतात .

अशी भक्तीरुपी भाजणी भाजली जात असताना नारदजी परत परत सूचना करताना क्रम असा येतो कि आता भाजणी पक्की भाजली गेली का नाही हे एक उत्तम गृहिणी कस पारखते तर भाजणी चं रंग ,सुवास आणि मुख्य अग्नी चे संस्कार थांबून भाजणी च पक्के पणा बघते तसे , हे अग्नी थांबवण म्हणजे जे कर्म आहे ते जणू कर्म आणि कर्मफळ त्याग करण किंव्हा मागे पहिल्या प्रामाणे नित्य ,विहित , काम्य ,किंव्हा निषिद्ध कर्म टाळण वा कर्मफल त्याग करण आहे. कर्म आणि त्यातून कर्मफळ आणि त्याचा विपाक हा क्रम एकदा का थांबला कि आपोआप सकाम कर्मा तून निष्काम कर्म आणि त्या द्वारे सुख दुख शीत उष्ण जन्म आणि मृत्यू ह्य चक्रातून भक्त कायमचा मुक्त होतो, निर्द्वंद्व होतो .

कर्मजं बुद्धियुक्ता हि फलं त्यक्त्वा मनीषिणः ।

जन्मबन्धविनिर्मुक्ताः पदं गच्छन्त्यनामयम् ॥ भा.गी .२-५१॥

भगवद गीता हि आपल्याला अनेक वेळा हेच सांगते .

सूत्र -४९

यो वेदानपि संन्यस्यति केवलमविच्छिन्नानुरागं लभते ।

यो - जो ,वेद - ज्ञान ,अपि -सुद्धा , संन्यस्य- त्याग करणे ,केवल - केवळ ,अविच्छिन- अक्षंड ,अविरत ,अनुराग - मागोवा घेण .

जो वेदांचा हि त्याग करतो आणि केवळ अखंड ,अक्षय,विमल ,सुखं मय भगवद प्रेम ,भगवद भक्ति परायण होतो .(भगवद प्रेमाचे हे लक्षण पुढील सूत्र -५१ मध्ये पाहावे)एव्हढा विचार करण्याचे कारण जो केवळ प्रेमानुरागी भक्त आहे तो कर्म फळाचा त्याग व कर्मास प्रेरक अश्या वेदांचा हि त्याग करतो .त्याला अक्षंड अनुराग भक्ती प्राप्त होते .लभते हे क्रियापद आलाय म्हणजे त्याला प्राप्त होते .

एक प्रसिद्ध रामदासी भक्त भागवताची फलश्रुती एका प्रवचनात एका वाक्यात सांगताना म्हणतात "श्री कृष्ण भगवान जीवनात आले कि जगण्याची चव बदलते !" म्हणजेच आपल्या जीवनात भगवद भक्ती विषयक अमुलाग्र बदल होतात .

अविच्छिन्न अनुराग हि प्रेमाची पराकाष्ठा आहे .अशी भक्ती प्राप्त झालेल्या अवस्थेतला भक्त स्वयं तृप्त असतो .इथ वेदानपि संन्यस्यति म्हणजे वेदांचा तिरस्कार नसून तृप्तीमुलक त्याग आहे .तो भक्त जाणून वेद्त्याग करतो , नाहीतर वेदच तो भक्त पूर्णकाम आहे हे जाणून त्याच्या वरच आधिपत्य काढून घेतो .

सूत्र -५०
स तरति स तरति स लोकांस्तारयति ।

स :- तो ,तरति- तरुन जाणे ,लोकांस - लोकांनाही ,तारयति - तारून नेणे

जो या माया रूपि सागरातून तरुन जातो तोच तरतो किंबहुना तोच शरणागत भक्तांना हि तारून नेतो .

सूत्र ४६ ते ४९ मायेतून कोण तरुन जातो त्या भक्तिची लक्षण संन्गितली आहेत .म्हणजेच जो संग त्याग करतो ,महानुभावांची सेवा करतो, निर्मम आसक्ती विरहित होऊन एकांत वासाचा आश्रय घेतो ,लोक बंधन ,त्रिगुण ,योगक्षेम टाकून देतो ,कर्म फळाचा त्याग करून द्वंद्वांच्या पलीकडे जातो जास्त काय तर वेदांचाही त्याग करतो तो ह्या दुरत्यया गुणमयी मायेतून तरुन जातो .माया तरण कठीण आहे पण श्री कृष्ण हेच सांगतात-

दैवी ह्येषा गुणमयी मम माया दुरत्यया ।

मामेव ये प्रपद्यन्ते मायामेतां तरन्ति ते ॥ भ.गी .७-१४॥

जे मला शरण येतात तेच हि माया तरुन जातात आणि जे स्वतः तरुन जातात ते इतरानाही तारून नेतात .

चतुर्थोऽध्यायः प्रेमनिर्वचनम्

सूत्र ५१व ५२

अनिर्वचनीयं प्रेमस्वरूपम् ।

मूकास्वादनवत् ।

अनिर्वचन -नं सांगता येण्यासारखे,स्वरूप - भक्ती प्रमाचे रूपं

नारद महर्षी इथे भक्ती रसा मृत सेवन करताना भक्ती चे प्रेम स्वरूप आवर्णनीय आहे, नं सांगता येण्यासारखे आहे असं म्हणतात.ज्या प्रमाणे एखादा मुका रसाचा आस्वाद घेतो पण तो वाणीने सांगू शकत नाही त्या प्रमाणे भक्ती रस पान आहे.

संत तुकाराम "प्रेम नये बोलता दिविता सांगता!अनुभव चित्ता चित्त जाणे!"

संत ज्ञानेश्वर ही प्रेमाला अनिर्वचन असेच म्हणले आहेत. "किंबहुना श्री निवृत्ती!ठेविले असे जिथे स्थिती!ते काय देऊ हाती वाचेनिया "!अनुभवामृत असे त्यांनी म्हटलं आहे.- अमृतनुभव६!

प्रेमात प्रेमी व प्रेम पात्र हे एक स्वरूप त्रिपुटी होते म्हणून सांगणारा वेगळा होऊ शकत नाही. काही ठिकाणी जे प्रेमाचे वर्णन आढळते ते सांकेतिक आहे. ते पूर्ण नसते. प्रेमाची प्राप्ती झाल्याशिवाय तर कोणीच प्रेम जाणत नाही आणि प्राप्त झाल्यावर ते प्रेम वेगळं असं राहतच नाही म्हणून त्याचे कथन कोण करू शकेल?!इथे नारद महर्षी जे भक्ती प्रेमाचे वर्णन करत आहेत ते पाहिल्या दोन सूत्रतच आलेले आहे.

सूत्र ५३
प्रकाशते क्वापि पात्रे!

प्रकाशते - प्रकाशमान होणे, क्व-- क्वचितच काही भक्तांमध्ये ,आपि - बुद्धी पात्र - ग्रहण करणे.

असे अनिर्वाचनीय प्रेम हे क्वचितच सपात्र, योग्य व्यक्ती च्या ठिकाणी प्रकट होते, प्रकाशित होते.

संत ज्ञानेश्वर " भक्ती हे प्रकाश स्वरूप आहे ".

संत एकनाथ भागवत " ज्ञान सांगता अति सुगम! भक्ती रह्स्य गुह्य परम!अकृत्रिम उपजे प्रेम! ऐसे हे वरम लाविल्या नं लागे "!१४/४०२

भ. गीता.

तेषां ज्ञानी नित्ययुक्त एकभक्तिर्विशिष्यते ।

प्रियो हि ज्ञानिनोऽत्यर्थमहं स च मम प्रियः ॥ ७-१७॥

चार प्रकारचे भक्त आर्त, जिज्ञासू, अर्थार्थी, ज्ञानी आहेत असं भगवद गितेचंच सांगितले आहे. ह्या चार भक्तांपैकी ज्ञानोत्तर भक्त मला प्रिय आहे आणि ह्या सूत्रात नारद म्हणतात ती क्वचित पात्र मध्ये प्रकाशमान होणारी भक्ती म्हणजेच ज्ञानोत्तर भक्ती होय.

संत ज्ञानेश्वर आपल्या हरिपाठत म्हणतात "हरिमुखे म्हणा हरिमुखे म्हणा पुण्याची गणना कोण करी!" हरीनाम संकीर्तन आणि खरचं आहे पदरी हेच पुण्य कर्म पदरात पडणारा आणि हो ज्याच्या हृदयात ती परम व्याकुळता आली आहे, अनन्यता आली आहे, विमल शुद्ध अंतःकरणारा हे भगवद भक्तीस सपात्र आहे असं नारद म्हणतात.

सूत्र ५४
गुणरहितं कामनरहितं प्रतिक्षण वर्धमानंअविच्छिन्नं सुक्ष्मतरं अनुभवरुपं!

गुणरहीत -त्रिगुण रहित, कामाना रहित -वासना विरहित, प्रतिक्षण - प्रत्येक क्षणी, वर्धमान -वाढत रहाणारे, अविच्छिन्न -अखंड, सूक्ष्मतर - सूक्ष्म, अनुभरूप -अनुभव.

नारद महर्षी हे वरील सूत्राला धरून पुढं म्हणतात कि हे प्रेम कसं आहे तर त्रिगुण- सत्व, रज, तम ह्यांच्या पलीकडचे आहे, वासना विरहित आहे, प्रत्येक क्षणी वाढत जाणार असं आहे, अखंड भक्ती भाव धारा वाहणारा जणू धबधबा असं, जितकं विशाल तितकंच सूक्ष्म आणि अनुभव जन्य अशी सहा लक्षणे सांगितली आहे.

भक्तीची प्रेमाची ही सर्व विशेषण ज्ञानेश्वर माऊली अनेक दृष्टीने देतात.

वर्षाकाळी सरिता!जैसे चढो लागे पांडुसुता!

तैसी नीच नवी भजता!श्रद्धा दिसें!

परि ठाकिलियाही सागरू!जैसा मागीलही यावा अनिवारू!

तिथे गंगेची ऐसा पडिभरू!प्रेमभावा!

तैसे सर्वे इंद्रियासहित!मजमार्जी सूनी चित्त!

जे राति दिवो नं म्हणतं!उपासिती!ज्ञानेश्वरी -१२-३६-३८!

वत्स धलाया हिवारी!धेनू नं वचावि दुरी!

अनन्यप्रीतीची परि!ऐसी चं आहे!!

तेणे काजेवीणही बोलावे!ते देखिले तरी पाहावे!

भोगीता चाड दुणावे!पढियंताही ठायी!

ऐसी प्रेमाची हे जाती....ज्ञा.१८.७८-९.

उज्ज्वलनीलमणी नामक एक भक्ती शास्त्रावर ग्रंथ आहे त्यात प्रेमाची व्याख्या केली आहे 'प्रेमात बाधा येण्याची कारण निर्माण झाली असताही जे सर्वथा अबाधित राहाते असे जे प्रेमी जनांचे भाव बंधन त्यास प्रेम असे म्हणतात '. नारादांनी ह्यला अविच्छिन्न सूक्ष्म तर अनुभव रूपं असं म्हटलं आहे.

प्रेमाचा विच्छेद होईल असे कोणतेच कारण नाही. जेंव्हा एखादी कामाना असते तेव्हा ती पूर्ण नाही झाली तर निराशा झाली, मागणी पूर्ण होऊन स्वार्थ साधला नं गेला तर प्रेम विच्छिन्न व्हावे. पण प्रेमात कामानाचं नसते 'कामानारहित 'ह्या शब्दात ते पूर्वीच आलें आहे. ज्याच्यावर प्रेम करायचे त्याचे दोष दिसले तर प्रेम कमी व्हावे, पण जर गुण पाहुनं प्रेम होईल तरच दोषामुळे ते घटले.

प्रेम हे गुण पाहुन होत नाही व प्रेमाच्या नेत्रानी दोष दिसत नाहीत!आपले आंधळे, पांगळे, काळे असे मुल असले तरी आई त्याच्यावर प्रेम करीत असते.

आंधळे पांगळे मुके अनर्गळ!जैसे तैसे बाळं पढिये माते!!-संत तुकाराम.

प्रेम हे आपल्या बळाने पूर्ण असते. तसेच त्याच्या पुढे अन्य कोणाचेही बळ अपुरे पडते.

ह्रदय बंदिखाना केला!आत विठ्ठल कोंडीला!!- संत जानाबाई

भावापुढे बळ नाही. कोणाचे सबळ!असे तुकोबा राय म्हणतात.

प्रेमापुढे भोग व मोक्ष यांचेही काही चालत नाही.

जायाचिये आवडी!केली मजसी कुळवाडी

भोग मोक्ष बापूडी!त्याजिली कुळे! ज्ञा..१२-८१.

श्रीमद भागवत 3-29-

कपिल देवहुती संवाद .

"ज्या प्रकारे गंगेचा प्रवाह सतत समुद्राकडे प्रवाहित होत असतो त्याचं प्रकारे भगवान म्हणतात माझ्या गुणाच्या श्रवण मात्राने तैलधारावात (अखंडपणे) सर्व अंतर्यामी अश्या माझ्याच रूपाकडे वृत्ती प्रवाहित असणे हे निर्गुण भक्ती योगाचे लक्षण आहे. हाच श्रेष्ठ भक्ती योग आहे. ह्याच द्वारा तो प्रेमी भक्त त्रिगुणांच्या पलीकडे जाऊन माझ्या प्रेम रूप अप्राकृत स्वरूपास प्राप्त होतो हेच गुण रहित प्रेम आहे. निर्गुणी भक्ती अशीच आहे."

संत तुकाराम -"वीट नाही पांडुरंगी! वाढे आर्त अंगी ते!".

निष्काम निर्गुण प्रेम हे प्रतीक्षण वर्धमान आहे.

संत कबीर -"प्रेम नं बडी उपजा प्रेम नं हाट बिकाय!

राजा प्रजा जोही रुचे, शीश दी लो जाय!!

"पोथी पढि पढि जग मुआ, पंडित भया नं कोय,

ढाई आखर प्रेम कां, पढे सो पंडित होय "!

"प्रेम गली अति सांकारी यहा द्वैत नं समाई "!

संत रामानंद चे शिष्य संत कबीर दास हे उत्तर भारतातील आधुनिक संत कवी. संत मंदियाळीतील अतिशय श्रेष्ठ सामाजिक व आध्यात्मिक प्रबोधनत्मक एक उत्तम श्रोता, वक्ता, आणि भक्त होते. त्यांच्या प्रत्येक काव्यातून अतिशय समर्पक असे दृष्टांत कमी शब्द्द वापरून योग्य तोच संदेश पोहचवाण्याचं सामर्थ्य होत.

संत कबीर म्हणजे काळाच्या पुढं असलेले, पुरोगामी विचाराचे संत कवी.भक्ती चे मर्म जाणलेले निर्गुण भक्ती उपासना करणारे व प्रबोधन पर त्यांच काव्य,संत कबीर दोहे म्हणून प्रसिद्ध आहेत..त्यांचंच दोह्यानुसार "जीवन जगण्याची योग्य पद्धत हाच त्यांचा धर्म आहे ". कबीर हे सर्व धर्मांच्या पलीकडे असलेल्या प्रब्रहम स्वरूप असलेल्या परमेश्वराला जाणत होते. ते मानवातेचे व मानव जातीचे पुजारी होते. कोणत्याही प्रकारचा धर्मभेद, पंथभेद, जातीभेद ह्यांच्या पलीकडे कबीर पोहोचले होते.

भगवान कृष्ण भक्तीची सूक्ष्मता उद्धवास स्पष्ट सांगत आहेत

आलक्ष्य लक्षेना माझी भक्ती!अत्यर्क तर्केना शास्त्र युक्ती!

अगाध नातळे निश्चिती!साधन व्यत्पत्ती शिणताही!!२३८

भक्तीचे अंतर अति गूढ!नं कळे उघड श्रुती शास्त्रा!!ए . भा.१४-२३९-४१.

यानंतर भक्तीचे शेवटचे लक्षण अनुभव रूप असे नारद सांगतात. प्रेमाचे शब्ब्द साहित्यातून, नाटक आदी तुन सापडातात, प्रेम आणि प्रेमिकांचे संवाद ही वाचावायस, पाहवयास मिळतात पण तिथे प्रेम असतेच असं नाही. म्हणूनच 'अनुभव चित्ता चित्त जाणे 'असे संत म्हणतात.

अनुभवात ही व्यवहारात त्रिपुटी असते-अनुभवीता अनुभाव्य व अनुभव,पण खऱ्या प्रेमाच्या प्राप्तीत ही त्रिपुटी गंळून जाते.

ह्यावर एक कथा सांगितली जाते. एकदा नारद महर्षी गोकुळात गेलेलं असताना गोपिका चि परीक्षा घ्यावी म्हणून त्यांच्या डोक्यावरील वाहून नेणारी दह्या दुधाच्या हँडयांतून,मडक्या तुन डोकावून बघतात तर तिथेही त्यांना त्याचा प्रियंतम भगवान श्रीकृष्णाचेच दर्शन होते. अखंड अविरत भावानं त्या गोपी श्रीकृष्ण च चिंतन करत असतात असं त्यानं समजत आणि नारदानाही गोपी च्या भक्ती ला सर्वोत्तम भक्ती आहे असं अनुभव येतो.

तत कथा सांगितली जाते, एक जॉन नावाचा जिझस भक्त दररोज कामाला जाण्यापूर्वी चापेल (क्रिस्त चर्च)ला जातं असे आणि जिझस समोर उभा राहून प्रार्थना करीत असे, रोज फक्त एव्हढच म्हणतं असे "मि जॉन आज तूझ्या समोर उभा आहे जिझस!"आणि कामाला जातं असे. सुरवात आणि शेवट नेहेमीं जिझंस भगवान ह्यांच्या स्मरण करणारा जॉन एक दिवस लाकडू तोडण्याच्या कुरुऱ्हाडीच्या कामाच्या ठिकाणी चुकून स्वतःच्या पायावरच कुऱ्हाडीचा घाव घालतो. झाले दुसरे दिवस जॉन इस्पितालात बेड वर अर्ध जागृत /बेशुद्ध अवस्थेत पडलेला दिसतो. पण जॉन ला जेंव्हा शुद्ध येते आणि तो समोर बघतो तर त्याला दिसत "जिझंस भगवान स्वतः उभे आहेत

आणि ते जॉन ला सांगत आहेत "जॉन!आज मि जिझंस तुझा भगवन तूझ्या समोर उभा आहे "!आणि जॉन चि भावं भक्ती इतकी सूक्ष्म आणि अनुभव रुपी असते कि त्याही अवस्थेत ईश्वर साक्षात्कार होतो. हे अनुभवाचे ईश्वर दर्शन होय.

असा हा पांडुरंग तुम्हा आम्हा सर्वांना मिळो ह्या अर्थाचे कबीरचा दोहा आठवतो तो सांगून हा वाढलेल ह्या सूत्राचा विस्तार रूपं इथंच थांबवले.

संत कबीर -

कस्तुरी कुंडल बसे,

मृग ढुंढे बन माही!

ऐसे घट घट राम है,

दुनिया देखे नाही!!.

जसं कस्तुरी मृग आपल्याच ठिकाणी असणारी कस्तुरी ला शोधात राहतो तसंच ईश्वर ही सगळ्यांच्या हृदयात असतो पण त्याला पाहण्याची अनुभवण्याची दृष्टी हवी म्हणून नारद महर्षी इथे भगवद प्रेमाच्या ह्या सहा लक्षण सांगतात.

सूत्र ५५
तत्प्राप्य तदेवावलोकति तदेव शृणोति तदेव भाषयति तदेव चिन्तयति ।

तद -ती भक्ती, प्राप्य -प्राप्त,एव-चं, लोकयंती -लोकात असणं, श्रुणोती-ऐकणे, भाषायति -बोलणे, चिंतयति -चिंतन करणे, विचार करणे.

भगवद भक्तीप्रेम प्राप्त झालेला भक्त सदैव त्या लोकात वास करतो, सदैव त्या परमत्म्याचे दर्शन घेत असतो, सदैव त्यांचीची भक्ती करत असतो, चिंतन करत असतो.

प्रेमाने हृदय भरले कि जे जे पहावे, ऐकावे, बोलावे ते सर्वच प्रेममय होत असते.

ह्या संदर्भात एक कथा रामायणत आली आहे. संत एकनाथ चरित्रतील सीता मातेचा सुंदर कांडातील प्रसंग रामायणत सांगताना सीतेला रावणा नें ज्या अशोक वनात ठेवले होते त्याच वर्णन चालू होते.त्या वनात अनेक वृक्षाना पांढरी फुले लागली होती असं नाथ म्हणाले. जिथे राम कथा चालू असते तिथे प्रभू रामचंद्र नां ऐकण्यासाठी हनुमंत असतातचं. त्यांचं आसन मांडलेले होते. गुप्त रूपाने ते आलें. पांढरी फुल लागलेली होती हे त्यानं पटल नाही कारण जेंव्हा ते लंकेत गेलेलं तेव्हा त्यांनी तांबडी फुल बघितलेली. सर्व कार्यक्रम झाल्यावर मारुती राय नाथनपुढं प्रकट झाले. नाथाना फारच आनंद झाला आणि त्यांनी साष्टांग दंडवत घातलं आणि म्हणाले "हे भक्ताराय धन्य धन्य भाग्य माझे कि आपले अकस्मात दर्शन झाले "!पुढं हनुमंत म्हणाले अहो एकनाथ मि कां आलोय माहिती आहे कां? आजच्या वर्णनात एक चूक आढळून आली, नाथ म्हणाले अहो महारुद्र!मला प्रभू रामचंद्र जशी प्रेरणा देतील तसंच मि सांगतो, आतपोवतो त्यांनीच सर्व लिहून घेतले तरी चूक कोणती ते सांगावी.त्यावर मारुतीराय म्हणाले अहो नाथ अशोक वनातील त्या वृक्षानां पांढरी नाहोत तांबडी फुले लागली होती. मि स्वतः डोळ्यांनी बघितलं."

नाथानी विचार केला कि मारुती राय काही खोटे बोलणार नाहीत व मला प्रभुनी प्रेरणा दिली ती ही कशी खोटी म्हणावी. म्हणून त्यांनीच थोडा विचार केला आणि ह्या घोटाळायची कल्पना आली आणि म्हणाले आपण म्हणता ते ही खरं आहे आणि मि सांगतो ते ही खरंच!मुळात ती फूल पंढरीच होती पण तुम्ही लंकेत प्रवेश केल्यावर सीता मातेची दिन असाहाय अशी अवस्था बघून तुम्हाला क्रोध आला, त्यामुळे तुमचे नेत्र आरक्त झाले. त्या मुळे जे सर्व पांढरे होते ते सर्व लाल दिसायला लागले. मुळात ती फुले श्वेतवर्ण चं होती. हे ऐकुन मारुती रायांचे समाधान झाले.

ह्या कथेचा आणि सूत्रचा आशय हाच कि एकदा कां भगवद प्रेमाने ह्रदय भरलं कि जेजे पाहावे, ऐकावे, बोलावे, चिंतवे ते सर्वत्र भगवंत चच रूपं दिसू लागतं. तसेच प्रेमी पुरुषाच्या कानात जो जो ध्वनी ऐकू येतो तो कसाही असला तरी प्रेममय परममात्म्याचा, प्रेम संगतीचाच स्वर आहे असं वाटू लागते.

जेजे जाणीचे भूत ते ते जाणिचे भगवंत ! असं जे संतांनी म्हटलं आहे ते भक्त अनुभवत असतो.

सूत्र ५६
गौणित्रिधा गुणभेदात् अर्तादिभेदाद् वा !

गौणी -गुण भक्ती (सगुण),भेद -फरक, आर्त -अत्यंत गरजू,जिज्ञासू अर्थार्थी व ज्ञानी आदी असे तीन प्रकारची होते .

नारद महर्षी ही इथे गौणी भक्ती ह्या नावाने भक्तीचा सगुण रुपातील स्वरूप सांगत आहेत. आतापर्यंत प्रेम स्वरूप आणि भगवद प्रेम पात्र भक्त त्यावर सांगितलं आणि आता तिचं सगुण निर्गुण दर्शन ते करत आहेत.

"तुज सगुण म्हणू कि निर्गुण रे

सगुण निर्गुण एक गोविंदु रे!!"

श्री सुधीर फडके नि गायलेलं संत ज्ञानेश्वर रचित अभंग आपण नेहेमीच ऐकतो पण त्याचा गर्भितार्थ सामान्य पणे लक्षात येत नाही.

इथे भक्ती शास्त्रानुसार सगुण म्हणजेच गौणी भक्ती असं नारद संबोधत आहेत.

भक्त प्रह्लाद नारायण चे प्रेम प्राप्त असे परम भक्त भक्तीचे नऊ प्रकार श्रीमद भागवतात सांगतात.

श्रवणं कीर्तनं विष्णोः स्मरणं पादसेवनम्।

अर्चनं वन्दनं दास्यं सख्यमात्मनिवेदनम् ॥

श्रवण, कीर्तन, स्मरण, पादसेवन, अर्चन, वंदन, दास्य, सख्य, आणि आत्म निवेदन असे 'नवविधा भक्ती 'म्हणून प्रचलित आहे.

हे सर्व गौणी भक्ती मध्येच येतात.

तसेच सत्व,रज व तमो गुण द्वारे प्रकट होणारी ती भक्ती ही गौणी भक्ती चं म्हटलं आहे. ह्या मधेही अधम, मध्यम व उत्तम भक्ती असे प्रत्येकी गुणांमध्ये तीन प्रकार येतात.

भगवद गीतेत श्रद्धा त्रय विभाग योग तीन प्रकारच्या श्रद्धा सांगितल्या आहेत.

त्रिविधा भवति श्रद्धा देहिनां सा स्वभावजा ।

सात्त्विकी राजसी चैव तामसी चेति तां शृणु ॥ १७ -२॥

सत्त्वानुरूपा सर्वस्य श्रद्धा भवति भारत ।

श्रद्धामयोऽयं पुरुषो यो यच्छ्रद्धः स एव सः ॥ १७ -३॥

यजन्ते सात्त्विका देवान्यक्षरक्षांसि राजसाः ।

प्रेतान्भूतगणांश्चान्ये यजन्ते तामसा जनाः ॥ १७ -४॥

तमासिक भक्ती(अधम भक्ती) तमासिक श्रद्धा तमोगुणातून जड वस्तू विषयातून येते, तर राजसिक भक्ती (मध्यम भक्ती)राजस गुणांयुक्त

राजसिक श्रद्धेतून व सात्विकी भक्ती (उत्तम भक्ती)ही सात्विक गुणांयुक्त सात्विक श्रद्धेतून ,ह्या तीन गुणांनी युक्त असलेली श्रद्धाचं त्याला प्रेरित करते.

सुरवातीला म्हटलंयनुसार भगवद गीतेत सातवा अध्याय चार प्रकारचं भक्त आर्त जिज्ञासू अर्थार्थी व ज्ञानी सांगितले आहेत.

आर्त भक्त म्हणजेच जो रोग, चोर, दुर्जन व इतर संकट यापासून स्वतः चे जीवित रक्षण होणे अशक्य आहे, स्वतः चे सर्व उपाय निष्फळ झाले आहे अश्या वेळी ते दुःख दूर करणारी शक्ती म्हणजे केवल एकमेव परमात्मा आहे ह्या दृढ भवानेने सर्व शक्ती एकवटवून भगवान श्री हरि च धावा करणारा तो. उदा. गजेंद्र, द्रौपदी इ.....

अर्थार्थी भक्त जो कित्येक दारिद्याने गांजालेला आहे, त्यामुळे त्याला संसार व कुटूंबियांचे जीवन चालवणं अशक्य झाले आहे, अन्य चोरी, हिंसा आदी मार्गानी द्रव्य संपादन करण्याचा प्रयत्न करतात आणि नकाराचे अधिकारी बनतात. पण ज्याच्या अंत करणात पूर्व संस्कार नें काही सदभावना जागृत आहे असा जो केवल परमात्मा श्री हरीच आपल्याला ह्या दारिद्र आपत्तीतून सोडवू शकतो ह्या भावनेने भक्ती करतात, तेंव्हाच भगवान त्याना द्रारिद्र संकटातून मुक्त करतो असा जो तो. उदा. भक्त श्रेष्ठ सुदामा, ध्रुव, सुग्रीव, बिभीषण. अश्या भक्तांस अर्थ जरी प्राप्त झाला तरी त्याला अहंकार, दंभ, गर्व, मद तसेच अर्थापासून उत्पन्न होणाऱ्या दोषाची बाधा होणार नाही कारण केवल भगवद कृपेनेच हा लाभ झाला अशीच त्याची दृढ श्रद्धा असते व त्या अर्थाचा विनियोग भगवद सेवेत व्हावा अशी अपेक्षा ठेवून असतो.

जिज्ञासू भक्त जो त्याला केवल प्रमात्म्याच्या अपरोक्ष ज्ञानाची इच्छा असते कारण ह्या ज्ञानाशिवाय जीवाची संसारातून सुटका होणे असा आशय त्याला कळून भगवद भक्ती जो करतो तो.

ज्ञातुम इच्छा जिज्ञासा!म्हणजेच परमात्म अपरोक्ष ज्ञानाची जीं इच्छा ती जिज्ञासा!ही भाग्यवशात सदगुरु कृपेनें ज्याला प्राप्त होते तो भाग्यवंत व तो साधन चातुष्टय संपन्न असावा लागतो.

विवेक, वैराग्य, शम, दम, उपरती, तितीक्षा श्रद्धा, समाधान आणि मुमुक्षत्व इति साधन चतुष्टय!

साधनचतुष्टयं किम् ?

नित्य अनित्य वस्तु विवेकः

इहा मुत्रार्थ फ़लभोग विरागः

शमदमादिषट्कसम्पतिः

मुमुक्षुत्त्वं चेति ! -१

तत्त्वबोध - आदी शंकराचार्य.

उदा. जिज्ञासू भक्त मध्ये अर्जुन, उद्धव.

उद्धव गीता -

शोल्क उद्धव उवाच - ४२-४३.

देवदेवेश योगेश पुण्यश्रवणकीर्तन ।

संहृत्य एतत् कुलंएतत् कुलं नूनं लोकं सन्त्यक्ष्यते भवान् ।

भवान् विप्रशापं समर्थः अपि प्रत्यहन् नप्रत्यहन् यदि ईश्वरः ॥ ४२॥

न अहं तव अङ्घ्रिकमलं क्षणार्धम् अपि क्षणार्धम् केशव ।

त्यक्तुं समुत्सहे नाथ स्वधाम नय माम् अपि माम् ॥ ४३.

"हे देवदेवेश योगेश कोणाचं पुण्य श्रवण आणि कीर्तन करावे अर्थात ज्याच्या मुळे आज्ञान रुपी हे जग नाश होईल, ज्याच्या ज्ञान मुळे ब्रह्म शाप ही दूर होतो, सर्व शक्तिमान अश्या ईश्वर कृपा पात्र होण्यास अनुकूल होईल.

हे केशवा, एका क्षणासाठीही मि तूझ्या पदकमलांनापासून दूर जाऊ शकत नाही म्हणून तूच मला स्वधामाला घेउन चल.!"

उद्धवः उवाच ।

वदन्ति कृष्ण श्रेयांसि बहूनि ब्रह्मवादिनः ।

तेषां विकल्पप्राधान्यम् उत अहो एकमुख्यता ॥ १॥

भवत् उदाहृतः स्वामिन् भक्तियोगः अनपेक्षितः ।

निरस्य सर्वतः सङ्गं येन त्वयि आविशेत् मनः ॥ २॥

श्री भगवान उवाच!अ१४-

न साधयति मां योगः न साङ्ख्यं धर्मः उद्धव ।

न स्वाध्यायः तपः त्यागः यथा भक्तिः मम ऊर्जिता ॥ २०॥

भक्त्या अहम् एकया ग्राह्यः श्रद्धया आत्मा प्रियः सताम् ।

भक्तिः पुनाति मन्निष्ठा श्वपाकान् अपि संभवात् ॥ २१॥

जो ज्ञानी आहे, जयाने माझे विश्व जाणले आहे, आत्म सात केले आहे असा ज्ञानीभक्त मला प्रिय आहे. जप, तप, दान मंत्र योगा द्वारे सुद्धा जे सध्य होऊ शकत नाही ते ज्ञान योग द्वारे साध्य होते म्हणून हे उद्धवा तो आत्म स्वरूपावर चिंतन करुन मला जाण आणि ज्ञान विज्ञान संपन्न युक्त मला तुझी भक्ती अर्पण कर.!

आत्मा च कर्मानुशयं विधूय

मद्भक्तियोगेन भजति अथः माम् ॥ २५॥

ज्ञानोत्तर भक्ती ही उत्तम भक्ती मनाली आहे आणि हिलाच निर्गुण भक्ती असेही म्हणतात जीं पुढील सूत्रात महर्षी सांगत आहेत.

सूत्र- ५७
उत्तरस्मादुत्तरस्मात् पुर्वापुर्वश्रेयाय भवति !

उत्तर -पुढं, उत्तर - पुढे पुढे, तत पूर्वी -पूर्वी सांगितले ती गौणी भक्ती, श्रेयस -कल्याणकारी.

मागील सूत्रात सांगितलेल्या गुण भेद व आर्त भेद युक्त भक्ती मध्ये पुढच्या पुढच्या भक्तीहून तत्पूर्वी असलेली भक्ती (गौणी) कल्याणांस कारणीभूत होते.

सगुण भक्तीचे निरूपण नारद महर्षी नि आधी केले त्याला धरूनच पुढे ते म्हणत आहेत हळूहळू पुढे भक्ती साधनेत पूर्वी केली ती भक्ती सगुण /गौणी ती कल्याणकारी होते.

प्परमेश्वर प्रीती प्राप्त होणायसाठी भक्त ही साधना अशी करू लागतो कि जे त्याचे गुण सुरवतीला गायले आहेत सूत्र ५४

तसा निर्गुण निराकार सूक्ष्म तर अनुभव रूपं असा तो हळूहळू भक्ती करताना भक्ताला समजू लागतो आणि सगुण साकार रूपातून निर्गुण निराकाराकडे त्याची भक्ती वळू लागते.

सुरवातीला म्हटलं नुसार भागवतातीतलं भागवत धर्म 'सर्वभूती परमेश्वर 'अशीच भक्ती वृद्धीगत होऊ लागते अश्या आशयचे हे सूत्र आहे.

सूत्र -५८
अन्यस्मात् सौलभ्म्यं भक्तौ !

अन्य -इतर, अस्मात - असणे, सौल्भ -सुलभ.

इतर सर्व साधनापेक्षा भक्तीत सुलभता आहे.

अश्या सुलभ भक्तीचा विशे्ष असा कि जिच्या योगे योग याग तप आदिकानी वश नं होणारा दुर्लभ असा भगवानही सुलभ होतो.

श्री. कृष्ण अर्जुनास सांगतात. भ. गी.८-१४

अनन्यचेताः सततं यो मां स्मरति नित्यशः ।

तस्याहं सुलभः पार्थ नित्ययुक्तस्य योगिनः ॥ ८-१४॥

अर्जुना, जो सतत अनन्य चित्त होऊन नित्य माझे स्मरण करतो, त्या माझ्याशी निरंतर एकरूप झालेल्या योग्याला मि सुलभ आहे.

आणि खरंच आहे असं म्हटलं आहेच 'यस्य स्मरण मात्रेण जन्मं संसार बंधनात!'जो नित्य भगवंत स्मरण करतो तो जन्मं मृत्यू च्या फेऱ्यातून मुक्त होतो.

ऐसे जे नित्य युक्त!तयासी सुलभ मि सतत!

म्हणुनी देहांती निश्चित!मीचि होती!!ज्ञा.८-१३९

सूत्र -५९
प्रमाणान्तरस्यानपेक्षत्त्वात् स्वयं प्रमाणत्त्वात् च!

प्रमाण -पुरावा,अन्य -दुसरे, अनपेक्ष -अपेक्षा रहित, स्वयं -स्वतः.

भक्तीला अन्य प्रमाणाची अपेक्षा नसल्यामुळे स्वतः चं भक्ती भक्तीचे प्रमाण आहे. भक्ती इतरांपेक्षा सुलभ आहे.

भक्ती हा प्रेमास्वरूप अनुभव स्वरूपा आहे तसेच तिचे वर्णन करू शकत नाही, एखादा मुका काही स्वदिष्ट रुचकर पदार्थ झाला आहे हे कसे सांगू शकेल?, काही हाव भावं दाखवेल, खुणेने सांगेल पण वर्णन करू शकणार नाही तसेच भक्त भगवंत वरचं प्रेम, भक्ती करतो हे कोणतेही प्रमाण ठरवून नाही, नाहीतर लहानपणी चं भक्त प्रह्लाद व भक्त ध्रुव, गोपाळ कृष्ण आणि गोपं गोपिका हयांनी कोणतेही प्रमाण पाहुनं भगवंत भक्ती केली नसती.संत तुकाराम, एकनाथ, हनुमंत, विभीषण, राजा जनक, राजा भरत, अंगद, जांबुवंत, शबरी, कवट नावडी, वानर सेना, सीता माई, यशोदा, नंद बाबा , तुलसी दास, कबीर, कान्होपात्रा, मीरा असे अनेक भक्त आहेत ज्यांना त्या ईश्वराची कृपा प्राप्त झाली. ते प्रकाश रूपं त्यांच्या आंतर यामी प्रकट झाले.

जेंव्हा ते प्रकट झाले तेंव्हा भगवान,भक्ती आणि भक्त ही त्रिपुटी ही पण गंळून पडलं होती तिथे प्रमाण कुठूनशिल्लक राहणार?.

म्हणून नारद मुनी म्हणतात भक्ती ही स्वयंभु आहे, ईश्वराचं प्रेम आहे, जे प्रत्येक भक्तांच्या अंतर्यामी प्रकट झाले आहे, प्रकाशित झाले आहे, अमृत स्वरूप आहे. त्याला कोणत्याही प्रमाणाची आवश्यकता नाही. तिचे कोणतेही शास्त्र नाही, कोणताही विधी नाही, त्यामुळे तिच्यासाठी वेगळी खटपट करायला लागतं नाही, ती सहजच अन्तर्यामी असते. ती आहे किंव्हा नाही हे आपलं आपल्यालाच समजू शकत. अश्या रीतीने ती बाह्य कोणत्याही प्रमाणावर अवलंबुन नसल्यामुळे अत्यंत सुलभ आहे.

सूत्र -६०
शान्तिरुपात् परमानन्दरुपाच्च!

शान्ति रूपं - भक्ती शान्ति देणारी, परम -अति उच्च, आनंद रूपं.

स्वयं प्रमाण रूपं असलेली भक्ती शान्ति स्वरूप व परम आनंद स्वरूप आहे..

ब्रह्म नंद वल्ली..

भीषाऽस्माद्वातः पवते। भीषोदेंति सूर्यः । भीषाऽस्मादग्निंश्चेन्द्रश्च । मृत्युर्धावति पञ्चंम इति । सैषाऽऽनन्दस्य मीमा सा भवति । युवा स्यात्साधुयुंवाऽध्यायकः । आशिष्ठो द्दढिष्ठों बलिष्ठः । तस्येयं पृथिवी सर्वा वित्तस्यं पूर्णास्यात् । स एकोमानुषं आनन्दः । तेयेशतं मानुषां आनन्दाः
॥ १॥ स एको मनुष्यगन्धर्वाणांमानन्दः । श्रोत्रियस्य चाकामंहतस्य । ते ये शतं मनुष्यगन्धर्वाणांमानन्दाः । स एको देवगन्धर्वाणांमानन्दः । श्रोत्रियस्य चाकामंहतस्य । ते ये शतं देवगन्धर्वाणांमानन्दाः । स एकः पितृणां चिरलोकलोकानांमानन्दः । श्रोत्रियस्य चाकामंहतस्य । ते ये शतं पितृणां चिरलोकलोकानांमानन्दाः । स एक आजानजानां
देवानांमानन्दः ॥ २॥ श्रोत्रियस्य चाकामंहतस्य । तेयेशतं आजानजानां देवानांमानन्दाः । स एकः कर्मदेवानां देवानांमानन्दः । ये कर्मणा देवानंपियुन्ति । श्रोत्रियस्य चाकामंहतस्य । तेये शतं कर्मदेवानां देवानांमानन्दाः । स एकोदेवानांमानन्दः । श्रोत्रियस्य चाकामंहतस्य ।
ते येशतं देवानांमानन्दाः । स एक इन्द्रंस्याऽऽनन्दः ॥ ३॥ श्रोत्रियस्य चाकामंहतस्य । तेयेशतमिन्द्रंस्याऽऽनन्दाः । स एकोबृहस्पतेंरानन्दः । श्रोत्रियस्य चाकामंहतस्य । तेयेशतं बृहस्पतेंरानन्दाः । स एकः प्रजापतेंरानन्दः । श्रोत्रियस्य चाकामंहतस्य । तेयेशतं प्रजापतेंरानन्दाः
। स एकोब्रह्मणं आनन्दः । श्रोत्रियस्य चाकामंहतस्य ॥ ४॥ स यश्चांयं पुरुषे । यश्चासांवादित्ये । स एकः । स यं एवंवित् । अस्माल्लोंकात्प्रेत्य ।

एतमन्नमयमात्मानमुपंसङ्‌क्रा॒मति । एतं प्राणमयमात्मानमुपंसङ्‌क्रा॒मति । एतं मनोमयमात्मानमुपंसङ्‌क्रा॒मति । एतं विज्ञानमयमात्मानमुपंसङ्‌क्रा॒मति । एतमानन्दमयमात्मानमुपंसङ्‌क्रा॒मति । तदप्येष श्लोकों भ॒वति ॥ ५॥ इत्यष्टमोऽनुवाकः ॥

यतो॒ वाचो॒ निवंर्तन्ते । अप्रांप्य॒ मनंसा स॒ह । आनन्दं ब्रह्मंणो वि॒द्वान् । न बिभेति कुतंश्चने॒ति । एत□ह वावं न त॒पति । किमह□साधुं नाक॒रवम्। किमहं पापमकरंवमि॒ति । स य एवं विद्वानेतेआत्मांन स्पृ॒णुते। उ॒भेह्येवैष॒एतेआत्मांन स्पृ॒णुते। य ए॒वं वेदं । इत्युंप॒निषंत् ॥

ब्रह्मानंद वल्ली तैतरीय उपनिषद आठवा अनुवाक आनंदमिमासा सांगितली आहे ज्या मध्ये आनंद मापन वर्णन केले आहे. खरं तर आनंद स्थिती आहे तिचे मापन वा वर्णन करू शकत नाही तरीही मनुष्याचा आनंद एक युनिट असं धरल तर बाकी लोकातील आनंद कसे होत जातील हे सुंदर सांगितलं आहे.

मनुष्य गंधर्व आनंद हा मनुष्य पेक्षा शत पटीने जास्त.

देव गंधर्व लोकांना आनंद हा मनुष्य गंधर्व लोकापेक्षा शत पटीने जास्त आहे. पुढे अश्या पद्धतीने पितर लोकांना, देव लोकांना मग कर्मदेव लोकांना,मग इंद्र देव आनंद, तत पश्चायात बृहस्पती आनंद, तत नंतर प्रजापती आनंद, तद शेवटी ब्रह्म देव आनंद असा शत शत पटीच्या टप्प्याने वाढतच जातो.अश्या रीतीने आनंदाचे मापन व सरते शेवटी ब्रहम आनंद येतो.

नारादांनी तर इथे परम आनंद चि स्थिती सांगितली आहे. हा शान्ति स्वरूप आहे. भक्ती भाव रसाचा अंतिम किंव्हा परमोच्च भक्ती भावं म्हणजे शांत भक्ती भावं होय.

पाच प्रकाची भक्ती भावं रस आहेत असं भक्ती शास्त्र सांगते.ते म्हणजे

सख्या भक्ती भक्ती भावं, कांताभक्ती/माधुर्य भक्ती भावं, वात्सल्या

भक्ती भावं, दास भक्ती भाव आणि शेवटी शांत भक्ती भावं.

सख्या किंव्हा सखा भक्ती रस म्हणजे ईश्वर माझा सखा आहे किंव्हा मि ईश्वराचा सखा आहे हा भाव ठेवून झालेलि भक्ती. उदा कृष्ण आणि सुदामा, कृष्ण आणि अर्जुन.ह्याच्या मैत्री बद्दल सर्वश्रुत आहे काही विशेष सांगायला नको पण तरीही एक कथा आठवते. एकदा सुदामा संदिपनी आश्रमातून गृहस्थ आश्रमात आल्यावरची कथा. सुदामा श्री कृष्णाला भेटायचं ठरवतात. दोघेही लहानपणी पासून मित्रच असतात, त्यामुळे सुदाम्याला एक गरीब कुटुंबीय ब्राह्मण असूनही किंचित सुद्धा शंका येत नाही कि यादव कुल राजा योगेश्वर श्री कृष्ण असूनही आपला सखा म्हणून भेटायला आपण जाऊ शकतो कां नाही. भेटायला जाताना त्याचं जवळ जे काही पोहे -चुरमुरे होते तेच भेट म्हणून घेतले. सुदामा निघताना मात्र त्याची पत्नी आपल्या दिन व पामर कुटुंब साठी तुमच्या कृष्णाकडे काही मागा असं पढवून पाठवून देते आपल्या पतिराजांना.तिकडे द्वाराकेत श्री कृष्ण सर्व आंतर यामी वाटचं बघत असतात.मित्र सुदामा ला भेटायला आणि भक्त (सुदामा) कधी भेटतो ह्यची भगवंत आतुरतेने वाट बघत असतो.जसे सुदामा राजगृहात प्रवेश करतो तसं श्रीकृष्ण सुदाम्याचे स्वागत स्वतः करतात. त्याचे पाद्य पूजन करतात आणि अतिथी एक ब्राह्मण आहे म्हणून तसे अतिथ्य ही करतात.

भोजन आणि आदी कर्म झाल्यावर श्रीकृष्ण सुदाम्यासोबत बसतात. त्याला आपल्या जवळ आसानावर बसावतात आणि अनेक दिवसात जसे दोन घट्ट मित्र भेटल्यावर बोलतील तशी भेट घेतात. सुदामा हृदयात श्रीकृष्ण रूपं भगवान नां बघत असतात आणि अपूर्व अशी त्यांची भेट होते. परत निघताना जे पत्नी नें सांगितलेलेलं असते ते सुदामा विसरून जातात आणि श्रीकृष्णा चा अत्यंत शांत भावं भक्तीने निरोप घेतात. हे सख्य भक्ती चे शांत भक्ती रसात रूपांतरित होणे आहे. तिकडे घरी गेलयावर ते आपलं घर ओळखू शकत नाही कारण

जे आधी छोटेसे एक झोपडं वजा घर असते ते महालात रूपांतर होते. सोन नाणं गांयी दूध दुभत ह्या सगळेन महाल भरलेला असतो. सुदामा चि पत्नी व मुल अत्यंत खुश असतात. सुदामा हे सर्व पाहुनं अंतर्यामी जाणतात भगवान श्रीकृष्ण नेच हे सर्व दिले आहे आणि अत्यंत तृप्त शांत भक्ती भाव रस पूर्ण होतात. मुक्त होतात.....नारद महर्षी इथे ह्या आशय स्वरूप शान्ति, परम आनंदाच वर्णन करत आहेत जे अमृत स्वरूप आहे, अनैश्वर आहे. त्या ईश्वराचे परम धाम, परम प्रेम स्वरूप आहे.

भीष्म महाभारतील अतिशय महान व्यक्तिमहत्व. भीष्म प्रतिज्ञा म्हणून प्रसिद्ध आहे. असे भीष्म महाराज हे सुद्धा श्री कृष्णाचे भक्त च होते आणि शर पंजिरीवर पडलेले असताना त्याना जे मरण आलें ते मागून घेतलेलं होते त्यावेळी सुद्धा श्रीकृष्णाची भक्तीचा शांत रस भावं त्यांचं होता. त्या प्रासादिक वर्णन इथे सांगून सगुण भक्ती रस कथन संपते आहे.

भीष्म शर पंजिरीवर पडलेलंय अवस्थेत मरणाची प्रतीक्षा करत आहेत. भरत वंश शिरोमणी भीषमांच दर्शन घ्यायला नारद,वेद व्यास, भरद्वज, वशिष्ठ, त्रित, इंद्र मद, परशुराम, गौतम, आत्री, सुदर्शन, विश्वामित्र, शुकदेव, कश्यप, अंगिरा हे सर्व ब्रहमर्षी, देवर्षी, राजर्षी आपल्या शिष्या सह उपस्थित होते. भीष्म पितामह ह्यांनी सर्व जनांचा यथोचित सम्मान केला. पांडव भीष्म जवळ जाऊन बसले. त्यांना बघून त्यांच्या डोळ्यातून प्रेमाश्रू वाहू लागले. ते म्हणले हे धर्मवातर विरानो!अत्यंत खेदाची गोष्ट आहे कि आपण धर्माचा आश्रय घेऊनही आणि भगवान श्री. कृष्णाला शरण येऊनही आपल्याला महान असे कष्ट सहन करावे लागत आहेत.

त्याच समयी सूर्य उत्तरायणात आलें आणि हे जाणून त्यांनी स्वतःला पूर्ण संयमीत केले. कूर्म जशी आपली इंद्रिये आत घेतात आणि

शरसंधानवरील भीष्मनी ईश्वराकडे संधान लावल.भगवान श्रीकृष्णान आपले चतुर्भुज रूपं दर्शन त्याना दिले. भीष्मानी मोहिनी मय श्रीकृष्ण रूपावर मन एकाग्र केले आणि भगवंती स्तुती करू लागले. "मि माझ्या शुद्ध मनाला देवकी नंदन श्रीकृष्णाच्या चरणी अर्पण करत आहे. शंख, चक्र, गदा धरी, गळ्यात वनामला असलेले स्वतः अकर्म असूनही सृष्टीची लीलया खेळ रचणारे, विधाता, पितांबर धारी, सहस्त्र सूर्य तेज असलेले. असे भगवान श्रीकृष्णचंद्र ह्यांच्या चरणी माझं मन समर्पित करत आहे.

अश्या प्रकारे काया, वाच, मने आत्म रूपं होऊन त्यांनी भगवानताचे ध्यान केले आणि त्या ध्यान योगातच ते पंच तत्वास विलीन झाले. अमर झाले. अमृत झाले. हाच शांतरस भक्ती भावाची प्रमोच्च भक्ती आहे. परम भक्ती आहे.. जीं नारादांनी पुढील सूत्रातून सांगितलीच आहे.

सूत्र ६१
लोकहानौ चिन्ता न कार्या निवेदितात्मलोकवेदशिलत्वात!

लोक हानी - व्यय होणं, चिन्ता -काळजी, निवेदिता -अर्पण, निवेदन करणं, आत्म लोक -लौकिक व पारलौकिक, वेद -ज्ञान, शील -सारं.

भक्तीचे पुढील स्वरूप सांगतानाच नारद मुनी म्हणत आहेत

भक्ताने भक्ती मध्ये लोकहानी चि चिंता करू नये कारण भक्तानें स्वतः चे योगक्षेम वेद आणि सर्वस्व भगवानंतला अर्पण केलेलं असते. इथे ते अर्पण भक्ती योगा विषयी सांगत आहेत.

संत ज्ञानेश्वर, संत एकनाथ, संत तुकाराम, प्रह्लाद, विभीषण ही अनेक उदाहरण आहेत अर्पण योग जाणण्याला..

विभीषणा चा जेष्ठ बंधू रावाणाकडून अनेक प्रकारे छळ होऊनही ते त्यांनी भगवान श्री रामावर सर्वस्वी सोडलेलं होत. भक्त प्रह्लाद ह्यांना ही त्यांच्या पित्याने अनेक प्रकारे छळ करूनही शेवटी भगवान नृसिंह नां आपलें स्मरण माझ्या हृदयात सतत ठेवा आणि त्यांच्या पित्याला माफ करावं हेच वरदानात द्या असं विनंती करतात.

भगवन जिझस ही सुळावर चढताना सुद्धा ईश्वराला प्रार्थना करातात कि ज्यांनी मला सुळावर चढवलं त्यानं माफ कर.

चिंता करणं हे अनेक विकरांचे उपलब्ध लक्षण आहे. भय, मान, मोह, लोभ इ सारख्या आदी विकार म्हणजेच चिंता करणं होय.

चिंता केली कि हे विकार जडतात आणि भक्ती दूर जाते. भगवंत दूर जातो. म्हणून भगवद भक्ती मध्ये भक्त आपले शील, योगक्षेम, वेद, ज्ञान ही सर्व अर्पण करतात.

सूत्र – ६२
न त द त्सिद्धौ लोकव्यवहरो हेयः किन्तु फ़लत्यागः तत्साधनं च कार्यमेव!

नं तद -जोपर्यंत ती भक्ती, सिद्ध होत नाही, लोक व्यवहार - लोक व्यापार, हेय -जरुरीचे, किंतु -पण, फलत्याग -कर्म फळ त्याग करणे,.

जोपर्यंत भक्ती सिध्द झाली नाही तो पर्यंत लोक व्यवहार सोडता कामा नये, आपण नित्य विहित, काम्य, सर्व कर्मे जीं वरील सूत्रातून आलेली आहेत ती करत राहणे गरजचे आहे. आणि ती कर्म करीत असताना त्याच्या फळाची अपेक्षा नं ठेवता करणे आहे असं नारद मुनी प्रकर्षाने पुनः पुनः सांगतात. हे सांगणायचं प्रमुख कारण हेच असावं कि सामान्य पणे मनुष्य जीं कोणतिही कर्मे करतो त्याच कर्म फळ, कर्म विपाक तयार होतो कधी तो चांगला तर कधी वाईट. जर चान्गले फळ मिळाले तर ते मि केले आणि काही वाईट झालं तर हे माझ्याशीच कां असं होत, माझं नशीब वाईट आहे, किंव्हा दैवी कोप झाला असंही आपण काही ठिकाणी अजून ऐकतो. पण नारदांना इथे ठाम पणे सांगायचं आहे कि भक्ती साधन करताना भक्ताने कर्म तर करणे जरुरीचे आहे, लोक व्यवहार ही करणे जरुरी आहे पण ते कर्म करताना इदम नं मम! ह्या अर्पण योगा द्वारे परमेश्वरला कर्म व कर्मफालासकट अर्पण करायचा भक्ती योग साधन भक्ताने करावयाचा आहे. त्यामुळे त्या कर्मचा चांगल वा वाईट जो काही विपाक तयार होईल तो ही ईश्वराकडे जातो आणि भक्त कर्मबंधनानातून मुक्त होतो. अश्या तहेने एक प्रकरे नारद नि मुक्ती चे साधन सांगितले.

म्हणूनच तर संत तुकाराम म्हणतात..

संत संग देई सदा नं लगे मुक्ती आणि संपदा!

भक्ताला ही मुक्ती सुद्धा नको असते, जिथे साक्षात नारायणचं वास करतात अश्या भक्त हृदयात ईश्वराचा संग हवा हे एकच मागण सर्व भक्त जन करतात.

सूत्र -६३
स्त्रीधननास्तिकवैरिचरित्रमं न श्रवणीयम्

नास्तिक -ईश्वरावर श्रद्धा नसणं, वैरी - शत्रू, श्रवणीय -ऐकणे.

साधक भक्ताने स्त्री, धन, तसेच नास्तिक व्यक्तीचं चरित्र श्रवण करू नये .

इथे श्रवण भक्ती नवविधा भक्ती पैकी एक भक्ती च उल्लेख भक्ती साधनात नारद मुनी करतं आहेत. साधक भक्ती करताना काही ठोस सूचना ह्या सूत्रातून देणे आवश्यक होते.त्याच कारण ही असंच कि त्या त्या विषयातील श्रवण केलेले विषय इंद्रिये द्वारा अंतः करणात शिरतो आणि विषयाने सुप्त असलेले अंत करणातील संस्कार जागृत होतात. त्याचा परिणाम म्हणून तशी कुसंगाती निर्माण होते आणि अनर्थास कारणीभूत ठरते. आणि भक्ती दूर होते.

वासत्विक स्त्री किंव्हा पुरुष असा लिंग भेद अपेक्षित नाही. स्त्रियांताही अनेक पतिव्रता साध्वी होऊन गेल्या, मीराबाई, जनाबाई, बहिणाबाई. उद्देश हाच कि लिंग भेद, धन, नास्तिक चरित्र श्रवणाने भक्ती भगवद प्रेम बाजूला राहिल. नारादांच्या चरित्रतून ही आपल्याला समजते कि स्वतः त्यांनी अनुभवन्ति ह्या सर्व गोष्टी दूर केल्या. त्यात नास्तिक चरित्र श्रवण ह्याने ते स्वतः पुरतेच भावना शून्य नास्तिक नसून आजूबाजूचे सर्वच सश्रद्ध भाविकांचा बुद्धी भेद करत असतात. त्यात' चार्वाक दर्शन 'षड दर्शन शास्त्रातील एक नास्तिक शास्त्र म्हणून म्हटलं जातं.ह्यांना पाखंडी असं सं. तुकाराम म्हणतात.

पाखंड्यानी पाठी पुरवीला दुमाला!तेथे मि विठ्ठला काय बोलें!

कांद्याचा खाणार चोजवी कस्तुरी!आपण भिकारी अर्थ नेणो!

नं कळे ते मला पुसती छालोनी!लागता चरणी नं सोडीती!

तुका म्हणे खिळ पडो त्यांच्या तोंडा!किती बोलें भांडा वादाकासी!!

असा बुद्धिभेद करण्याचा प्रयत्न त्या नास्तिककडून होत असतो म्हणून त्यांचे चरित्र श्रवण करू नये.

सूत्र -६४
अभिमान्दम्भादिकं त्याज्यम् !

अभिमान - गर्व, दंभ -खोटेपणा, आदिक -आणखीन त्या स्वरूपाच, त्याज्यम -त्याग करावा.

भक्ती मार्गात अहंभाव, खोटेपणा, मद, मत्सर, मोह इ. चा त्याग करावा.

वरील सूत्राला धरूनच पुढील सूत्र भक्ती साधने मध्ये काय करावे ह्याचा खुलासा करणारे आलें आहे. स्त्री,धन, नास्तीकता आदी वर्ज्य करावे तसेच अभिमान, दाम्भीक पणा, खोटेपणा ह्या आंतरिक वृत्तीचा त्याग करावा. अभिमानाने परमात्मा दूरच राहतो.ह्या भक्ती मार्गात अधिक घातकं आहेत. एक गुंजभर पण अभिमान, मोठेपणा कामाचा नाही हे आधीही सत्तविसाव्या सूत्रात आले आहे. ज्ञानाचा, कर्माचा, तपाचा, यागाचा यज्ञाच करतेपणा, अगदी सर्व श्रेष्ठ वेद, सानकादिक, महादेवासारखे तपस्वी, ऐश्वराचा अभिमान बाळगाणारी लक्ष्मी हे सर्व अनुक्रमे भगवानताच्या (माझ्या) पायाशी लोळणं घालण्याचीही स्थिती नाही असे वावरत, अश्या अभिमानाला, दाम्भीक पणाला माझ्या ठिकाणी काही किंमत नाही.

सूत्र -६५
तदर्पिताखिलाचारः सन् कामक्रोधाभिमानादिकं तस्मिन्नेव करणी!

तदर्पिता -अर्पण करणे, कामं -वासना, क्रोध - आसक्ती, अभिमान - गर्व, एव-हे पण

भक्ती मध्ये सर्व आचार भगवनंतला अर्पण केल्यानंतर ही काही अवशेष म्हणजे, वासना, कामाना, क्रोध, अभिमान शिल्कक राहिला असेल तर तो ही त्यालाच अर्पण करावा. वरील सूत्राला धरून पुढे हे सूत्र आलेल आहे.

भागवत 11-2-36

कायेन वाचा मनासा इंद्रिया एवं बुध्यात्मनावा नुसूत: स्वभावात

करोति यद्यत सकलं परस्मै नारायणायेति समर्पयेत्तत!

शरीराने, वाणीने, मनाने,, इंद्रियानी, बुद्धीने, अंत :करणाने किंव्हा आपल्या प्रारबद्धानुसार जीजी कर्मे प्राणी करतो ती नारायणालाच समर्पित करावी. हाच तो भगवात धर्म आहे जो आपण सुरवातीला बघितला.

कोण म्हणेल कामं क्रोध अभिमान हे विषय कसे भगवानंताला अर्पण करावे, कसे शक्य आहे व योग्य आहे कां? कारण कामादिक दुष्ट विकाराचा विषय परमात्मा कसा करावा? व तो होईल कसा?

कोणत्याही ठिकाणी, विकरांचे अधिष्ठान भगवानच आहे. त्याच्याकडे ते गेलें कि ते विकार राहत नाहीत.

भागवत 10-22-26

भगवान म्हणतात, माझ्या ठिकाणी ज्यांनी आपली मन बुद्धी अर्पण केली आहे व ज्यांनी कामही माझेच ठीकाणी ठेवला आहे त्यांचा कामं त्याना बाधक होत नाही. भाजलेले धान्य जरी ते जमिनीत पेरले तरी ते

उगवत नाही. कामादिक विचार भगवान्तकडे लावले म्हणजेच ते बाधक होण्याऐवजी साधक होतात. ह्यावर तुलसीदास चि एक गोष्ट आहे. तुलसीदासांचे आपल्या पत्नी वर अत्यंत प्रेम होते. त्याची पत्नी सांगते ज्या उत्कंठेन तुम्ही मला भेटायला आलात तेच प्रेम जर प्रभू पाशी असेल तर तुम्ही खरंच प्रभू व्हाल, आणि त्याच संवादाने तुलसीदास पूर्ण बदलले आणि त्यांनी प्रभू रामापाशी कायमचे नाते जोडले.

सूत्र – ६६

त्रिरूपभङ्गपूर्वकम् नित्यदास्यनित्यकान्ताभजनात्मकं प्रेम कार्यं प्रेमैव कार्यम् ।

त्रिरूप -त्रिगुण भक्ती चे मागील प्रकार, स्वरूप, भंग -भेद करणं, पूर्वक -पूर्वी सांगितलेले, नित्य दास्य -दास होऊन राहणे दास भक्ती, नित्य कांता - पत्नी /पती भावं, माधुर्य भक्ती, भजनात्मक -भजन करणे,

मागील सांगितलेल्या गौणी भक्ती चे तीन स्वरूप भेद करुन, भक्ताने नेहेमीं दास होऊन राहावे, किंव्हा कांत भाव भक्ती करावी, नेहेमीं प्रेम करावे, प्रेमच करावे.

दासभक्ती नेहेमीच श्री. हनुमंताने केली, लक्ष्मण , बिभीषणाने केली. आणि कान्त भक्ती भावं गोपींचा, राधेचा, मिराबाई, रुक्मिणी, सत्यभामा ह्यानि केली.परमात्मा भगवान श्रीकृष्ण माझे सर्वे सर्वा आहेत आणि मि त्यांची नित्य कांता आहे ह्या भावनेने त्यानी सदैव श्रीकृष्ण प्रेम केले. तसेच हनुमंत हयांनी मि सदैव रामाचा दास आहे, सेवक आहे ह्यांचं भवानेने कार्य केले, रामाची भक्ती केली.

भक्ती शास्त्रात केवल भगवान हाच एक पुरुष आहे, जीव ही एक प्रकृती आहे व प्रकृती ही पुरुषाधीन असते व असणे आवश्यक आहे. त्या परम पुरुषाची सेवा करुन त्याच्याशी तादात्म्याला पावणे व त्यांचा

आनंदाचा भोग घेणे यातच सार्थकता आहे. हाच कांता भावं आहे.

संत कबीर म्हणतात

"प्रेम नं बडी उपाजा प्रेम नं हाट बिकाय!

राजा प्रजा जोही रुचे, शीश दी लो जाय"!

ओशो म्हणतात " तुम जिसे प्रेम करते हो अगर उसको पूजने कां भाव मन मै नं उठता है तो समझ लेना कि तुम्हारा प्रेम प्रेम नहीं आकर्षण है"!

भगवंतावर कान्त भावं ठेवताना मात्र एक महत्वाची जाणीव पाहिजे ती म्हणजे तो सामान्य मनुष्य वा पुरुष नाही. त्यांचे देह त्यांचे रूपं सर्व अलौकिक आहे. परमात्मा परब्रह्म ह्या लिलातून घेउन आला आहे अशीच भावना त्या प्रेमात पाहिजे. म्हणूनच ते गोपिकांचे प्रेम जार जारिणीचे प्रेम नव्हते. त्यांना विषय सुख द्यायला त्यांचे पती समर्थ होते पण श्रीकृष्णविषयी त्यांची अलौकिक दिव्य भावना होती. त्याना त्याचे महात्म्य ज्ञान पूर्ण होते ह्याचा विचार आपण बाविसवे सूत्रात केला आहे.

एकनाथी भागवतात भोळे भक्त सायुज्य मुक्ती (मुक्तीचे चार *)कशी प्राप्त करुन घेतात याचे यथार्थ वर्णनं करणाऱ्या ओव्या

अध्याय ११/११६८ ते११७१.

वाट चुकल्या भुयाळासी!फेरा पडे जाणो चालत्यासी!

बाळक बापाचे काडीयेशी!श्रम तयसी येवो नं शके!

तेवी साधानी अंगविलाता!ते वाजे सज्ञानाचे माथा!भोळ्या भक्तांते मि उद्धरिता!

प्रयास सर्वाथा त्या नाही!त्यासी वाऊंनी आपल्या खांदी!

मि पावावी सायुज्य सिद्धी!नवल त्याची भोळी बुद्धी!

तेथही भजन विधी नं सांडी!हृदी कपाटाचा थारा!

तोचि भजनासी आडवारा!करिता युक्ती प्रयुक्ती विचारा!

बिचारा बाहिरा मि त्यासी!

इथे एकनाथ महाराजांचे भोळ्या भक्ताचे वर्णन अति मार्मिक आलें आहे. मुक्ती मध्ये स्वरूपता, समीपता, सालोकता व शेवटी संयुज्यता अश्या चार प्रकारच्या मुक्ती सांगितल्या आहेत तयातील सायूज्या मुक्ती म्हणजेच भगवत स्वरूपाकारच होणे ह्यांचं वर्णन एकनाथी भागवतात अकरावा अध्याय भक्ती च पर मोच्च प्रकारात उदाहरणसह मांडलेले आहे. वाट चुकलेला पंथस्थ जसा भटकत राहातो तसा काहीसा प्रकार अन्य मार्गाने किंव्हा भक्ती मार्गत ही होऊ शकतो पण जो भक्त आपला अभिमान, कामं क्रोध, मद, मोह ह्यापैकी एक जरी साधना द्वारा त्यागाला आहे आणि अनन्य शरण गेलेला आहे असा भोळा भक्त म्हणजेच ज्ञानोत्तर भक्त ही परमेशवराची वाट चुकत नाही असं नाथ म्हणतात. कारण इथे स्वतः भगवानच ह्या भोळ्या भक्ताना आपल्या खांद्यावर घेतो आणि हा भवसागर पार करवितो. असे अनन्य भक्त नित्य "दास "म्हणावतात व सदा दास होऊन रहातात तसेच कान्त भाव ठेवून करणाऱ्या भक्त प्रीतीची गोडी आहे. भक्तीचा हा सर्वोत्तम मधुर रस वा मधुर भक्ती म्हटली जाते ती हीच असावी.

पञ्चमोऽध्यायः मुख्यभक्तिमहिमा

सूत्र६७
भक्ता एकान्तिनो मुख्या!

एक अंत -अंती एकच राहणे, मुख्य भक्ती.

एकान्त हीच मुख्य भक्ती होय.

इथे एकान्त म्हणजे कोणता संसार वा प्रपंच त्याग करुन नव्हे वा कोणताही लौकिक वा पारलौकिक कर्तव्यचा त्याग करण नव्हे तर सर्व व्यवहार करत असताना ही भगवंती अनुसंधान राहणे. आणि हे अनुसंधान सुद्धा कसे आहे तर एकान्त म्हणजे अन्य कोणतेही मार्ग परमेश्वरला प्राप्त करणायचे बंद करुन अथवा बंद होऊन सर्व चरचारात तो चं एक भरून राहिला आहे हे अंतर्यामी भक्ताला दर्शन होणं व त्याचे सतत अनुसंधान असणं म्हणजेच अव्याभिचारी भक्ती वा मुख्य भक्ती होय.

सगुण भक्ती, गौणी भक्ती नारदानी पूर्वी सांगितली त्या सर्व च्या पलीकडे आता निर्गुण भक्तीकडे ते आपल्याला नेत आहेत.

उद्धव गीता अध्याय १४

उद्धवः उवाच ।

वदन्ति कृष्ण श्रेयांसि बहूनि ब्रह्मवादिनः ।

तेषां विकल्पप्राधान्यम् उत अहो एकमुख्यता ॥ १॥

भवत् उदाहृतः स्वामिन् भक्तियोगः अनपेक्षितः ।

निरस्य सर्वतः सङ्गं येन त्वयि आविशेत् मनः ॥ २॥

श्रीभगवान् उवाच ।

न साधयति मां योगः न साङ्ख्यं धर्मः उद्धव ।

न स्वाध्यायः तपः त्यागः यथा भक्तिः मम ऊर्जिता ॥ २०॥

भक्त्या अहम् एकया ग्राह्यः श्रद्धया आत्मा प्रियः सताम् ।

भक्तिः पुनाति मन्निष्ठा श्वपाकान् अपि संभवात् ॥ २१॥

"हे कृष्णा!हे ब्रह्मन!सर्व योगातला श्रेयस योग असा मुख्य योग कोणता ते मला सांगा."!

भगवान श्री कृष्ण भक्तीरहस्य सांगून उद्धवाला उपदेश करतात "हे उद्धवा कोणताही योग याग तप सांख्य स्वाध्याय मला प्राप्त करू शकत नाही जो केवल भक्तीने साध्य होतो.केवल आणि केवल भक्ती तूनच मला प्राप्त करुन घेतले जाऊ शकते."!.

परमहंस योगानंद नि एक कथा ह्या संदर्भात सांगितली आहे. एकदा नारायण भगवान नारद मुनीना आपलं सर्वोत्तम भक्त पृथ्वी लोकांवर कोण आहेत हे तपासून आणायला सांगितले. नारद मुनी आज्ञा मानून इह लोकात आलें. तेंव्हा त्यांना एक तपस्वी योगी भगवानताचे ध्यान करत असताना दिसला. अनेक वर्षं तपस्या करुन योगी अत्यतं तेजस्वी दिसत होते. त्यांच्या समोर नारद महर्षी गेलें आणि विचारले जे नारायण भगवान म्हणाले होते. ते ऐकुन योगी आनंदीत झाले आणि म्हणाले कधी दर्शन देणार भगवान नारायण. तेंव्हा नारदमुनी सांगतात भगवंत म्हणले जेंव्हा हे हजारो हत्ती एका सुई च्या भोकातून पुढे जातील, मुक्त होतील तेंव्हाच ते दर्शन देतील. हे ऐकुन योगी उदासिन होऊन म्हणाले 'म्हणजे अजून हजारो वर्षं मला तप करावे लागेल.'त्याच वेळेस इह लोकात एक अत्यंत दिन,कनावाळू,प्रेम मय आणखीन एक नारायणाचा भक्त शेतात कुपणं घालण्याचं कामं करत होता. नारद मुनी तिथे त्याला भेटतात आणि नारायणाचा संदेश पोहोचवातात. हे ऐकुन तो हर्षाने म्हणाला "म्हणजेच आता कोणत्याही क्षणी माझा सखा मला भेटायला येईल, भगवान मला दर्शन देईल ",आणि आनंदाने नाचू लागतो. भक्ताची ही परम प्रेम भक्ती बघून भगवंत त्याला दर्शन देतात. इथे कथेचा मूळ भाग असा येतो कि भक्तीचा मुख्य गाभा म्हणजे एकान्त, अव्याहात अक्षय, अखंड अव्यभचारी भक्ती होणं, सगुणातून निरगुणाकडे भक्ती च भक्ताला घेउन जाते.

Pramahans Yogananad says " realize the power of god within you. Try to realize the power that is playing like a searchlight within you. You can be the master only when you realize the power. You must be persistent with determined thoughts so that you may realize that you are a child of god. When you realize that you are saved. You must seek wisdom, power and prosperity from god. If you prefer material desires after seeking god then it is an error of judgment. Do not strive for unimportant things and reject all- Satisfying god. Even great people and materially successful people will realize the emptiness of their lives in the end but those who find God in this life are already rich in Joy and power. Peace eternal, joy eternal be the glory of your being. Bliss is the altar in which God stays forever. He who is filled with joy shall make an altar of lord within "!

सूत्र ६८
कण्ठावरोधरोमाञ्चाश्रुभिः परस्परं लपमनाः पावयन्ति कुलानि पृथिवी च।

कंठ अवरोध - कंठ दाटून येणें, रोमांच -काटा येणें, अश्रुभी - अश्रू वाहणे , परस्पर -एकामागोमाग, लपमांना - संवाद करणारे, पावायन्त -पवित्र करतात, कुलानी - कुल, पृथ्वी -भुमता.

इथे नारदमुनी परम भक्ती लक्षण प्रस्तुत करतात. भगवत प्रेमाच्या अतिउच्च परम प्रेमात, एकान्त प्रेमात भगवान व भक्त संवादात युक्त असलेले ते भक्त अष्ट सात्विक भावं कधी दाटून येतात, कधी अंगावर रोमांच येणें, कंठ दाटून येणें, डोळ्यातून अश्रू परस्पर वाहत राहणं अश्या भावांनानी युक्त होतात, आणि त्याने ते तर पावन होतातच, त्याच बरोबर त्यांची कुल व पृथ्वी धरा ही होते. हे भागवतात अकरावा स्कंद आरंभी नवं योगेश्वर व विदेह राजा ह्यांच्या संवाद आलेला आहे तेंव्हा नारायण कवी सांगतात "भगवत भक्ती,धर्म जो आचारतो जो हे व्रत घेतो, त्याच्या हृदयात आपल्या प्रियंतम प्रभुच्या नाम संकीर्तनाने प्रमाचा अंकुर उगवतो. त्याचे चित्त द्रवते. तो वेड्याप्रमाणे कधी खदखद हसतो तर कधी मोठयाने रडू लागतो. कधी मोठ्याने भगवानतांना हाका मारू लागतो तर कधी त्यांच्या गुणांचे गायन करू लागतो. कधी कधी नाचतो सुद्धा. अश्या वेळी त्याला लोकांची मुळीच पर्वा नसते.

एकनाथी भागवत ३,५८३-५९१.

तेथ करिता कथानुवाद।पस्परे निजात्मबोधु।करिता गुह्य ज्ञान संवादू।प्रमानंदू ओसंडे।तव हरिकथेच्या आवडी।पसंपरे श्रद्धा गाढी।सुख संवाद परवडी।निजासूख गोडी चोखती!!चाखता निजसूख गोडी।हरपती दुःख कोडी। उभाऊंनी भक्ती साम्राज्य गुढी।स्वानंद जोडी जोडावी।साधना रूपं भक्तीच्या युक्ती।पूर्ण सप्रेम उपजे भक्ती।ते भक्तीची निजस्थिती।ऐक चक्रवर्ती सज्ञाना।सदभावे निजभजन करी।हृदयी प्रकटता श्रीहरी।तंव देहाची चिन्हे बाहेरी।क्षणामाझरी

पालटती!चित्त चैत्यांना होता भेटी!हर्षे बाष्प दाटे कंठी!पुलाकंकित रोमांच उठी!उनमिलीत दृष्टी पुंजाळे!!

स्तभ(शरीर स्तभ होणे), स्वेद(घाम येणें), रोमांच, वाणी गदगद होणं, कंप पावणे,वर्ण बदलणे, अश्रू व प्रलय,शरीर व मन अविचल होणं हे अष्ट सात्विक भावं होत. हीच भक्ती प्रेमाची पूर्णतः आहे.

श्रीकृष्ण उद्धवास स्पष्टच सांगत आहेत - " ज्याची वाणी प्रेमातिशयाने सदगदीत होते, ज्याचं चित्ताला द्रव्य येतो, जो वारंवार प्रेमाने रुदन करतो, क्वचित हसतो ही, प्रेमाने निर्लज्ज होऊन मोठयाने गातोही, नाचतोही या प्रमाणे ज्याची माझ्या ठिकाणी अष्ट सतिविक भावनेने युक्त भक्ती असते असा भक्त त्रिभुवनाला पुनीत करतो"!

कोणालाही ही अतिशयोक्ती वाटेल भ. श्रीकृष्णच स्पष्ट सांगतात " माझ्यापेक्षा भक्तांच पवित्रपणा श्रेष्ठ आहे. निरपेक्ष, अंतरनिष्ठ, शांत, वैर विरहित, समदर्शी अश्या भक्तांच्या मागेमागे मि सर्वकाल असतो. त्यात माझा हेतू हा कि भक्तांच्या चरण धुलिने आपण पवित्र होऊ "!

तात्पर्य अष्ट सात्विक भावं युक्त भक्तीचा प्रभावाने सर्व जगाचा उद्धार होतो तेंव्हडे सामर्थ्य त्या भक्ती मध्ये आहे.

सूत्र ६९
तीर्थीकुर्वन्ति तीर्थानि सुकर्मी कुर्वन्ति कर्माणि सच्छास्त्रीकुर्वन्ति शास्त्राणि ।

तिर्थी - तीर्थ क्षेत्र, कुरु करोति -करणे, सुकर्मी -उत्तम कर्म करुन, सशास्त्र -शास्त्र प्रमाण.

असे परम भक्त जे जे कार्य करतात ते ते सुकर्म म्हणजेच भागवत धर्म म्हणजेच मानवाने मानावासाठी केलेले सुकर्म होते, ज्या ज्या ठिकाणी भेट देतात ती धरा पवित्र धरा म्हणजे चं तीर्थ क्षेत्र होते, ज्या ज्या गोष्टींचे मनन चिंतन निधीध्यसन लावतात ते ते शास्त्र सशास्त्र प्रमाण होऊन जाते, जे जे लिखाण, काव्य, ओवी, अभंग, भारूड, लोक गीत, श्रुती स्मृती टीका टिपण्णी हे सर्व दैवी गुण संपन्न होतात त्याचे ग्रंथ, सशास्त्र सिद्धांत होतात.

भक्त मंडळी ज्या ज्या ठिकाणी जे जे कामं करतात, ते निष्काम कामं, ते ते ठिकाण पवित्र, मांगल्य वाढवत जाते म्हणून त्यांच्या साध्या काव्यत्मक ओव्यांचे - संत एकनाथ, तुकाराम चे अभंग, गाथा,भारूड, मोरोपांनतच्या आर्या, संत कबीरा चे दोहे, भगवद गीता प्राकृत भाषा संवादचे ज्ञानेश्वरी ग्रंथ,अमृतनुभव सारखा भक्ती रसमृत भक्ती पर रचना , सर्वांसाठी मागितलेलं प्रार्थना पसायदान, तुलसीदास चे भावं रामायण' रामचारितमानस', अशी अनेक नाव घेता येतील कि ते सर्व अमृत भक्ती रूपात सशास्त्र ग्रंथ झाले.. त्यांचे सहज बोलणे हितोपदेश ह्या वाचनाप्रमाणे त्यांच्या शब्दांचे महत्व आहे.

असेही म्हटलं तर वावगे होणार नाही कि, भक्त महात्मे जेथे वास्तव्य करुन असतात, ज्या जला शायचा उपयोग ते स्नान कारण्यासाठी करतात तेच तीर्थ बनत असते. अगदी अलीकड चे संत संत श्री.गजानन महाराज शेगाव निवासी ह्यांच्या चरित्र वाचनात ही गोष्ट आली आहे कि जेंव्हा विदर्भात(महाराष्ट्र) दुष्काळ आलेला गावातील लोकांना पिण्याच्या पाण्यासाठी खूप वणवण करावी लागे काही वेळेस प्यायला पाणी ही नसे, तेंव्हा एक भक्तांच्या हाकेला धावून त्यांनी

पाण्याचं झरा निर्माण केला आणि गावातील लोक तृप्त झाले. दुष्काळ दूर व्हायला मदत झाली आणि तेच पुढे तीर्थ क्षेत्र बनले. अश्या अनेक संताच्या अनेक कथा आहेत. लोक आग्रहाचे भान ठेवून व काळाची गरज ओळखून कोणताही चमत्कार वा सिद्धी ह्या संत मंडळीना दाखवायची नव्हती तर केवल भगवद भक्ती व प्रेम जागृत करण्यासाठी त्यांनी जेजे कार्य केले ते सुकर्म झाले. ज्यांना खऱ्या रीतीने तीर्थ्यांचे, सत्कार्माचे वा सशास्त्राचे वर्म कळेल त्यांची हीच भावना राहिलं.

सूत्र ७०

तन्मयाः!

तन्मया - तन्मय असणे.

वरील सूत्राला धरूनच हे सांगितलं आहे कि हे सर्व भक्त तन्मय असतात..सशास्त्र, सत्कर्म, तीर्थरूप होणं शक्य होत कारण भक्त व भगवंत एकरूप झालेले असतात. भगवत गीतेच्या बारावा अध्याय भक्ती योगातील भक्त लक्षणे ही अशीच तन्मय अवस्थेला प्राप्त भक्त श्रेष्ठ चि आहेत

अद्वेष्टा सर्वभूतानां मैत्रः करुण एव च ।

निर्ममो निरहङ्कारः समदुःखसुखः क्षमी ॥ १२ -१३॥

सन्तुष्टः सततं योगी यतात्मा दृढनिश्चयः ।

मय्यर्पितमनोबुद्धिर्यो मद्भक्तः स मे प्रियः ॥ १२ -१४॥

सूत्र ७१
मोदन्ते पितरौ नृत्यन्ति देवताः सनाथा चेयं भुर्भवति -७१

मोद - आनंदीत होणं, पितर - पितृलोक,

अश्या भक्तांमुळे माता पिता आनंदीत होतात, स्वर्गीय देवता ही आनंदाने नृत्य कुरु लागतात. ही पृथ्वी सनाथ होते.

पदमपुराण -

यत्र यत्र कुले चैव भवती वैष्णव :!

कुलं तस्य तदा पापैरयुक्तम तनमोक्षगामी वै!

भक्तांच्या भक्तीने भंगावानंतलाही अवतार घ्यावा लागतो आणि त्यामुळे आधार्माचा नाश होतो. कुळे, पितर देवतानाही आनंद होतो.

तात्पर्य भगवंत प्रभावाने असो वा स्वतः भक्त आपल्या मनातील प्रभावाने जगाचा उद्धार होतो.

सूत्र ७२
नास्ति तेषुजातिविद्यारुपकुलधनक्रियादिभेद!

नास्ती - नसणे,जाति -जातं पात, विद्या - ज्ञान, कुलं - कुळ, रूपं - बाह्य स्वरूप, धन - पैसा अडका

त्या भक्तांच्या ठिकाणी जाति, विद्या, रूपं, कुल, धन आणि क्रिया आदी गोष्टींच भेद नाही. इतर साधनाच्या दृष्टीने (कर्म, ज्ञान, योग)भक्ती या साधनाचे श्रेष्ठत्व प्रदर्शित करणे आहे. मागील सूत्रात भक्ती ज्ञान, कर्म, योग ह्या पेक्षा वेगळी आहे ते सांगून आता ती त्या पेक्षा श्रेष्ठ ही आहे हे ह्या सूत्रात आणि पुढील सूत्रात येते.

"कुब्जा वर कृपा दृष्टीं केली आणि तिच्याकडून सुगंधी उटणे मागितलं त्यामुळे तुझे लवकरच कल्याण होईल असा वर ही दिला."स्कंद १०,अध्याय ४२. भगवान त्या कुब्जेवर प्रसन्न झाले. आपल्या दर्शनाचे प्रत्यक्ष फळ दाखवण्यासाठी त्यांनी तीन ठिकाणी वाकडया परंतु सुंदर चेहेऱ्याच्या तिला सरळ करण्याचा विचार केला. भगवानतांनी आपल्या पायानी कुब्जेची पावले दाबून धरली आणि दोन बोटानी हनुवटी वर उचलून तिचे शरीर किंचित वर उचलेले. त्याच क्षणी तिचे सर्व अंग सरळ झाले आणि ती एक सुंदर युवती झाली.

वाल्या कोळंयाचा वाल्मिकी झालेलं आपण सर्वाना माहिती आहे. पुढं वाल्मिकी एक ऋषीं झाले. रामायण चे रचनाकार. भक्त प्रह्लाद ध्रुव, सुदामा अशी अनके उदाहरणे आहेत.

सूत्र-७३
यतस्तदियाः

कारण भक्त त्याचेच असतात म्ह्णून भक्ती भावात भेद केला जातं नाही.

तदियत, त्वदियाता, मदियता ह्या भक्तीच्या तीन पायाऱ्या आहेत असं ही म्हटलं जातं.

तदियता - भक्त भंगावानंतचे असणे.हे सर्व देवाचे आहे ही पहिली पायारी. ह्यालाच सालोकता मुक्ती असेही म्हणतात. देव लोकि राहणं.

त्वदियाता- देवा मि तुझा आहे असं भक्त म्हणतो.देवाच्या समीप असणं ही दुसरी पायरी.समीपता मुक्ती असंही म्हणतात.

मदियता - देव माझा आहे ही भावना निर्माण होणे.सायूज्ज मुक्ती ती तिसरी पायरी असंही म्हणतात.

संत तुकाराम प्रसिद्ध अभंग जो शामची आई मराठी चित्रपटात

आलेला आहे.

कृष्ण माझी माता कृष्ण माझा पिता
बहिणी बंधू चुलता कृष्ण माझा!

सूत्र ७४
वादो नावलम्ब्यः ।

वाद - चर्चा, वादविवाद, वितंडवाद, जल्प इ.

न्यायशास्त्रात असे विषय अनेक कल्पिले आहेत. आपलंच पक्ष योग्य हे सिद्ध करताना परस्पर जिंकण्याच्या हेतूने युक्ती प्रयुक्ती. (सदभावाने पेक्षा स्पर्धा, मत्सर, द्वेष हे भाव). वितांडवादात खंडण केले जाते. खंडण करण्यासाठी चर्चा केली जाते. उदा. जगद्‌गुरू शंकराचार्य आणि त्यांचे गुरु गौडा पदाचार्य कथा...

कुमारील भट्ट आणि जैन पंडीत ह्यांचा प्रतिज्ञा पूर्वक वाद.

श्री गुरुचरित्राताही दत्त गुरु सोबत पंडित् चर्चा वा तर्क झालेला आहे. वादामुळे परम भक्तीकडे वळलेला भक्त नाहक भक्ती पासून दूर जाऊ शकतो म्हणून तो टाळावा.

सूत्र ७५
बाहुल्यावकाशत्वातनियदनियत्वातच!

बाहुल्या - विस्तार, अवकाश - वाढ़ होणं, नियत - निश्चितपणे.

वादाचा अवलंब कुरु नये कारण त्यात विस्तार होत राहतो म्हणजेच वाद वाढतच राहतो तसेच तो अनियंत्रित आहे म्हणजेच वादात निश्चितपणा नाही.

सूत्र ७६
भक्तिशास्त्राणि मननीयानि तदुद्बोधकर्माणि करणीयानि ।

भक्ती शास्त्र - भक्ती पर ग्रंथ, मनन -परत परत मनाशी उजळणी, बोधक - बोधनपर.

त्या भक्ती प्रेमात भक्ती शास्त्राचे मनन केले पाहिजे व त्याला अनुसरून बुद्धी होईल अशीच कर्मे केली पाहिजेत.

शास्त्रे अनेक आहेतं पण जीं भगवद भक्ती वृद्धीगत करतो त्याला अभ्यास व चिंतनशील बुद्धी लाभली असेल तर त्याचं करतं सूत्रकार भक्ती शास्त्राचे मनन करावे असे सांगतात.

भक्ती शास्त्र म्हणजे नारादांची पांचरात्रगम, भगवदगीता, श्रीमद भागवद महापुराण, पदमपुराणं, नारादभक्ती सूत्र, शांडील्य भक्ती सूत्रे, श्री. जगादगुरु शकराचाऱ्यांचे विष्णुसहस्त्र नाम भाष्य, अन्य आचाऱ्यांचे स्तोत्र ग्रंथ, सार्थ ज्ञानेश्वरी, एकनाथी भागवत, भावार्थ रामायण, दासबोध, तुलसीरामायण, सुरसागर, सर्व संतांच्या अभंगांच्या गाथा.

भक्ती शास्त्र मनन करण्याचा हेतू हा कि भक्ती मार्गासाठी जे बोधक,

आवशयक यांचे यथार्थ ज्ञान व्हावे. भक्ती रसाचे संपूर्ण ज्ञान व ज्ञानोत्तर भक्ती व्हावी म्हणून. अश्या प्रकारे भक्ती शास्त्रातून भगवद गुणारूप, प्रभाव, माहात्म्य, मुख्य भक्ती, भगवानताच्या जन्मं कथा, लिलांचे कथा व ज्ञान, दृष्टान्त, भक्तीचे स्वरूप, भक्तीचे प्रकार यथार्थ फल ह्या सर्वांचे मनन करावेच लागते. बृहदाकारण्य उपनीषादातं ही म्हटलं आहे

'आत्मा वा अरे द्रष्टव्यः श्रोतव्यो मन्तव्यो निदिध्यासितव्यः!

भक्ती बोधक कर्म कोणती "हरि भक्ती विलास ग्रंथ वाचन, साधन भक्तीची चौषष्ट अंगे "भक्ती रसामृत सिंधू ", श्रीमद भगवाद महापुराण अकरावा खंड भक्ती पोषक कर्मे ज्याला क्रिया योग म्हटले आहे ३४-४७ शोल्क ह्या सर्वांचे मनन, बोधन पर कर्मे करण हेच सांगितले आहे. जो शांत पुरुष इष्ट पुर्ती कर्मनी माझे आराधना करतो तो माझ्या उत्तम भक्तीच्या लाभचा अधिकारी होतो.

सूत्र ७७

सुखदुःखेच्छालाभादित्यक्ते काले प्रतीक्ष्यमाणे क्षणार्धमपि व्यर्थं न नेयम् ।

सुख / दुःख, लाभ / हानी इत्यादी, काळे - काळानुसार, प्रतीक्षा - वाट बघणं, क्षण - निमिष, व्यर्थ - वाया, ने्यम - घालवू नये.

नारद मुनी म्हणतात सुख, दुःख, इच्छा, लाभ इ त्याग होईल मग भक्ती कुरु याची वाट नं बघत बसता, एका क्षणाचाही अपव्यय नं होता भक्ती करावो. एक क्षणही वाया जाता कामा नये. वाया गेलेला क्षण काल मोजीत असतो. मनुष्याचा जन्मं सांसारिक कर्मात वाया जाऊ नये कारण नरदेह हा केवल भगवद प्राप्तीसाठीच झाला आहे. त्यात त्याची सार्थकता आहे.

परमहंस योगानंद म्हणातात " भगवानताचा शोध घेणं हा आपला पहिला अधिकार आहे. भगवंत शोधात एक क्षणही घालवू नये. शोधा

म्हणजेच सापडेल. ह्यांचं जन्म चं सार्थक होईल जर भगवंत शोध लागला तर.

स्वामी विवेकानंद म्हणातात " उत्तीष्ठ! जागृत! प्राप्यवरनींबोधयात!

Arise Awake & stop not till the goal is achieved!"

सूत्र ७८
अहिंसासत्यशौचदयास्तिक्यादिचरित्राणि परिपालनीयानि।

अहिंसा - हिंसा नं करण, सत्य - खरेपणा, शौच - शुचिता, दया - करुणा, आस्तिक्य - भगवंत वर विश्वास असणं, चरित्र - कथन, परिपालन - पाळणे.

साधक भक्ताने अहिंसा, सत्य, पावित्र, दया, आस्तिकता आदी सदगुणाचे पालन करावे.

पतंजली महर्षींनी पातंजल योग सूत्रे साधना पाद अष्टांग योग सांगितलं आहे.

यमनियमासनप्राणायामप्रत्यहारधारणाध्यानसमधयोऽष्टावङ्गानि पा.यो. सू ॥ २.२९॥

तद वतं सूत्र काराने हेच सांगितले आहे. पण केवल हीच साधने नसून भ. गीता अध्याय सोळा -दैवी गुण व असुर गुणसांगितले आहेत त्यातील दैवी गुण अभय, सत्व संशुद्धी, ज्ञानयोग व्यवस्थिती ह्या गोष्टींचा आदी ह्या शब्ब्द मध्ये अर्थ येतो.

भक्तीला परिपोषक अश्या सर्व साधनाचा अवलंब करणे आवश्यक आहे.

सूत्र – ७९
सर्वदा सर्वभावेन निश्चिन्तैर्भगवानेव भजनीयः ।

सर्वदा - नेहेमीं, सर्व भावेंन- सर्व अष्ट सात्विकी भक्ती युक्त होऊन, निश्चिन्त - चिंता विरहित, भगवाननेन - भगवंत , भजनीय - भजन करावे.

भक्तांनी सर्व काली, सर्व भावाने निश्चिन्त होऊनं श्री भगवान हाच केवल भजनीय आहे हा भाव द्दढ ठेवावा.तयाचे फल पुढील सूत्रात आलेल आहे.

सूत्र ८०
स किर्त्यमानः शिघ्रमेवाविर्भवति अनुभवयाति च भक्तन्!

सं - तो भक्त, कीर्त्यमान - कीर्तन केलेला, शीघ्रमेव - लगेचच, अविर्भाव - प्रकट होणं, अनुभव येणें.

तो भगवान त्याचे अश्या प्रकारे कीर्तन केले असता तात्काल प्रकट होतो व आपल्या भक्तांना आपला अनुभव देतों. अनेक भक्ताना त्यांच्या जीवन चरित्र्यात त्यांचा जसा भावं तसा तो प्रकट झालेला दिसून येतो.

सूत्र ८१
त्रिसत्यस्य भक्तिरेव गरीयसी भक्तिरेव गरीयसी ।

त्रिसत्य -त्रिवार सत्य, भक्तीरेव - भक्तीच, गरियेसी -महिमा आहे.

नारद महर्षी त्रिवार सांगत आहेत भक्तीच श्रेष्ठ आहे, भक्तीच श्रेष्ठ आहे.

त्रिसत्य च अर्थ आहे काया वाचा मानसिक भक्ती श्रेष्ठ आहे.तसे तर अनेक अर्थ आहेत.सात्विक, राजसिक, तमासिक भक्ती हे भक्तीचे प्रकार आपण आधी पाहिलेच. तीन काल जागृत, स्वन व सुशूप्ती ह्या कालतीत असलेली भक्ती.

ज्ञान, कर्म, योग ह्या तीनही मार्गपेक्षा श्रेष्ठ असलेली भक्ती. मागील सर्व भक्ती चे जे फल स्वरूप सांगितले जीं स्वयं फळ रूपं आहे अश्या भक्तीला सर्वत्तम भक्ती म्ह्णून जणू शिक्का मोर्तब किंव्हा मोहोर लावणायचं कार्य नारदानी ह्या सूत्रातून केले आहे असं वाटत.

म्हणून भक्तीच अधिक श्रेष्ठ आहे, मोठी आहे, महान आहे असं त्रिवार सांगितलं आहे.

सूत्र ८२
गुणमाहात्म्यासक्ति-रूपासक्ति-पूजासक्ति-स्मरणासक्ति-दास्यासक्ति-सख्यासक्ति-वात्सल्यसक्ति-कान्तासक्ति-आत्मनिवेदनासक्ति-तन्मयतासक्ति-परमविरहासक्ति-रूपा एकधा अपि एकादशधा भवति ।

गुणा सक्ती -महात्म्य -भगवत गुणाचे वर्णन, आसक्ती -भगवत भावं, रूपं - भगवत स्वरूप, पूजा सक्ती - भगवत पूजा, स्मरण सक्ती - भगवत स्मरण, दास्या सक्ती -भगवानताचा दास असणं हा भावं, सख्या सक्ती -मैत्रि भावं, सखा भावं, वत्सल्या सक्ती - पुत्र भावं, कांता सक्ती - पत्नी / पती भावं, आत्म निवेदन सक्ती - आत्म समर्पण भावं, तन्मय सक्ती - तदाकार भावं, प्रामविरहसक्ती - भगवानतापासून परम विरह भावं, रूपं एकधा -रूपानुसार, एकदशधा -अकरा.

प्रेम ही एक परा काशष्ठा वृत्ती आहे. ही वृत्ती एका रूपाचीच नसते. त्या वृत्तीचा जो विषय असेल त्याचे जे जे धर्म, गुण, स्वभाव असतील त्याचा त्याचा ती वृत्ती आपल्या रुची प्रमाणे अवलंब करते भगवद् तंद्री निर्माण झाल्यानंतर सर्वच वृत्तीनाच तो विषय असतो हे जरी खरे तरी विशिष्ठ रूपाने विशिष्ठ भक्ताचे ठिकाणी भिन्न भिन्न रूपाने आविष्कार होतं असतो. कोणी भक्त आपल्या प्रेमीच्या रुपवार, कोणी सेवेवर तर कोणी गुणावर आसक्त होतो हा निसर्ग आहे. प्रेम प्रेमाश्रयला कोणत्या तरी विषयावर गुणांतवीत असतें. संसार ताही आसक्ती असतेच. पण तयातील विषय दूषित, अनित्य, परिणामी दुःख रूपं असल्यामुळे त्यात घात होतो, अध पतन होते. There is a saying "in worldly love there is fall in love but in God's love there is rise .Wine love is temporary whereas divine love is ever ending "!

दैवी प्रेम वा आसक्ती ही एक जीवनाचा महासागर आनंदप्रमाणे असते. त्या प्रेमात खंड पडूच नये असं भक्ताला वाटत रहाते. अश्या प्रेम स्वरूपाचे,आस्तिकतेचे अकरा प्रकार येतात असं नारद महर्षी

म्हणातात.

जे प्रेम भक्तीचे पुजारी असतात त्यांचा असा काही नियम नसतो कि ते एकच भक्ती करतात. कित्येकांच्या ठिकाणी भक्तीचे सर्वांचे भाव गुण, रूपं, पूजा, स्मरण, दास्य, सख्य, आत्म निवेदन नवधा भक्ती प्रकट झालेली असते.तसे अनेक भक्तांचे ठिकाणी अनेक प्रकारे ही आसक्ती दिसून येते. तरीही एकेका भक्तां मध्ये काही विशिष्ठ भावांनाचा आसक्ती रुपाने प्रकट झालेला भाव दिसतो.

गुणमाहात्म्यासक्ति- भगवंताच्या लीला गुणांचे चरित्राचे सतत मनन चिंतन निदिध्यासन करणारा , त्याची आसक्ती असलेलें भक्त ,स्वतः नारद महर्षी तयाचे उदाहरण आहेत .

रूपासक्ति- भगवंताच्या रूपाचे ध्यान ,स्वरुपाकार होण म्हणजे च रुपासक्ती. गोकुळात गोपिका व गोपी बाल कृष्ण ची अनेक रूप धारण करत तदाकार होत असत . वनात फिरताना ,गाईना चार घालायाल जातना, गाई गुरांना पासून दुध काढताना , लोणी तयार करताना कधी डोक्यावर मोरपीस लाव ,कधी पावा वाजव , तर कधी कालिया मर्दाना चि नक्कल कर असे अनेक खेळ गोपा व गोपिका त्या बाल कृष्ण सख्या सोबत करत असत .यमुना तिरी पौर्णिमेचा चंद्र बघून प्रभू नारायणा नि ,श्री कृष्ण नि सर्व गोपी सोबत महारास करण्याची लीला केली . श्री.भागवतात गोपा गीत व महारास हा भक्ती रसा कळस अध्याय मनाला जातो .ह्याचे जो वर्णन करील वा गाईल तो हा भव सागर तरून जातो .

कित्येक भक्त भगवाद रूपावर मोहित असतात. ह्याचे कारण त्या श्री हरीचे सौंदर्य, अलौकिक लावण्य, व त्या रूपं धारण करणाऱ्या भगवानताची मोहक शक्ती. मात्र गुण महात्म्य सक्ती पेक्षा ह्या रूपासक्त भक्तचा अधिकार श्रेष्ठ मानावा लागतो. भगवान आद्यपी भेटला नाही, पुराण आदी ग्रंथातून अथवा साधू संतांच्या मुखाने त्याचे श्रवण झाले, श्रद्धा जडली तर गुण महातम्या सक्ती निर्माण होणे शक्य आहे. पण रूपा सक्ती प्रत्यक्ष दर्शनाविना होणे अशक्य. एकदा कां ते रूपं पाहिलं कि भाविकाच्या हृदयायत ते ठसत.

पाहिलीया वेध लावी!बैसे जीवी जाडोनी!!तु..

तुकाराम चि रूपासक्ती पहा.

लावण्य सुंदर मदनाचा पुतळा!रवीशशी कळा लोपालिया!

कस्तुरी मळवट चंदनाची उटी!रुळे माळ कंठी वैजयंती!

असे ते स्वरूपाचे वर्णन करतात.

आवडे हे रूपं गोजिरे सगुण!पाहता लोचन सुखावले!

आता दृष्टी पुढे ऐसाची तु राहे!जो मि तुज पाहे वेळोवेळी!

लाचावले मन लागलीसे गोडी!ते जीवे नं सोडी ऐसे झाले!

तुका म्हणे आम्ही मागावी लडीवाळे!पुरवावी आळी मायाबापे!!!

हा प्रसिद्ध अभंग आपल्याला माहिती आहेचं.

अश्या रूपासक्ती चि अनेक उदाहरणे आहेत

पुजासक्ती -एकदा कां ज्या रूपावर प्रेम बसले,त्याच्या विषयी आदर भाव निर्माण झाला कि तो आदर अनेक उपचारांनीशी व्यक्त करण्याची भावना हृदयायत सहज निर्माण होते. तिच चं रूपं म्हणजेच पूजा. राजा अंबारिश चं उदा दिले जाते. शुकचार्य म्हणातात ' त्याने आपले मन श्रीकृष्णाच्या चरण कामालानामध्ये, वाणी भगवद गुण वर्णन करण्यात, हात हरि मंदिराच्या सेवा कार्यामध्ये, कान अच्चूता च्या कथा श्रवण कारण्यासाठी,नेत्र मुकुंद माधवाचं दर्शन करण्यासाठी, अंग प्रत्यग भगवंताच्या शरीर स्पर्शाने पावन केलेले, नाक त्याच्या चरण कामालावर अर्पण केलेल्या दिव्य तुळशी च्या गंधा मध्ये आणि जिभेला भगवानतांना अर्पण केलेल्या प्रसाद सेवानामध्ये अर्पण केले होते.'राजा अंबरीश हे सप्त द्विप युक्त, नं संपणारी संपत्ती, आणि अतुलनीय ऐश्वर्य प्राप्त झालेले असे होते. भा.९ स्कंद -अध्याय ४/१९-२०.

आपल्या सर्व कामाना ज्याने निरतिशय भगवत सेवा आणि पूजा आदी कर्मात लावला आहेत ती पुजासक्ती.

साक्षात देवी लक्ष्मी ही पूजा सक्ती चे उदाहरण आहे. भगवान नारायणाचे चरण कमल सदैव पूजन करत असते असे वर्णन आपण

अनेक पुराणात आहे.

स्मरणसक्ती -स्मरणसक्ती म्हणजेच नारादांनी सांगितलेली 'तद विद स्मरणे परम व्याकुळता इति!'

'हेचि दान देगा देवा तुझं विसर नं व्हावा '!संत उक्ती.

महाभारतात विष्णुसहत्र नामाआधी

यस्य स्मरण मात्रेन जन्मं संसार बंधनात!

विमुच्यते नमस्तस्मै विष्णवे प्रभविष्णवे!!

असे स्पष्ट म्ह्टले आहे.भक्त प्रह्लाद ह्याचे उदाहरणं दिले जाते. आणि खरंच आहे जेंव्हा भगवान नृसिह अवतार घेउन प्रकट होतात आणि प्रह्लाद च्या पित्याचा राक्षस हिरण्यकश्यपू   चा वध करतात आणि भक्त बाळं प्रह्लादला वर मागतात तेंव्हा तो ही ईश्वराकडे नित्य तुझे स्मरण करण्याची मला बुद्धी दे, त्रिभुवनात मला कुठेही ठेव पण तुझे विस्मरण होऊ देऊ नकोस असाच वर मागतात.

दास्य सक्ती - दास भावं आधीही नारदानी सांगितलं आहे. व्यावहारिक दास अर्थ म्हणजे एक अपेक्षा असते त्या सेवक व मालक ह्या नात्यात. पण इथे दासभक्ती आली आहे. ती व्यावहारिक दास्यात्वा पेक्षा वेगळी आहे. ह्या नात्यात मालक आणि सेवक केवल एक प्रेम ह्या धागा नि जोडलेले असतात. ना ह्या तं कोणते बंधन येत ना कोणती अपेक्षा. म्हणूनच नित्य भक्त हा प्रभुचा दास बनतो.

जसे कि श्री हनुमंत हे दास्य भक्तीचे संपूर्ण उदाहरणं आहे. प्रभू राम माझे मालक आणि मि त्यांचा सेवक ह्यांचं भवानेन श्री. हनुमंताने जीजी कार्ये केली ती सर्व निरापेक्ष बुद्धीने आणि दास वृत्तीन.

तुलसीदास रामचारीत मानस मध्ये म्हणातात - 'सुंदरकांड' "श्री सीता -हनुमंत संवाद"-श्री. हनुमान नि मनात विचार करुन अशोक वनात जिथे सीता माई होती तिथे रामचंद्रानी दिलेली अंगठी त्यांच्या समोर टाकली. अशोक वृक्षानी काही दिलं हे बघून सीता माई आनंदीत झाली, आणि राम नामाची ती अंगठी बघून खूप आनंदीत झाली. तिच्या मानत व्याकुळता निर्माण झाली. सीता विचार कुरु लागली ' रघुनाथ

तर अजेय आहेत त्यांना कोण जिंकून घेणार आणि माया रुपी अशी चिन्मय अंगठी बनू शकत नाही. ती अनेक प्रकारे विचार करत होती तेवढ्यात हनुमान प्रभू रामचंद्र चि स्तुती कुरु लागले. ते ऐकुन सीता माई चं दुःख कमी झाले. ती मन एकवाटून सर्व कथा ऐकू लागली. हनुमंतनी सुरवाती पासून सगळे कथन केले. तेंव्हा सीता माई म्हणाली जे कोणी हे सुंदर कथन केले आहे ते वीर बंधू आपण प्रकट व्हावे. तेंव्हा हनुमान सीता माई च्या समोर आलें. आणि ती चेहेरा लपवून बसली. हनुमान म्हणाले "हे माते जानकी मि रामाचा दास आहे करुणानिधान प्रभू रामचंद्राची शपथ घेउन सांगतो कि अंगठी त्यांचीच आहे. त्यांनी आपली निशाणी पाठवली आहे मि ती आपल्यासाठी त्यांच्या आज्ञा नुसार घेउन आलो आहे. सीता माई नि त्यावर विचारले "नर आणि वानर ह्यांचा संग कसा काय झाला? त्यावर हनुमानानी सर्व कथन केले. त्याचे हे सर्व वचन ऐकूनं सीतेच्या मानत विश्वास निर्माण झाला कि काया, वाचा, मने हनुमान रघुरामांचे दास आहेत. त्यांच्या डोळ्यातून प्रेमाश्रू आलें, अंगावर रोम उठले आणि अष्ट सात्विक भाव उत्पन्न होऊन हनुमंतना म्हणाली" हे तात! विरह सागरात डुबलेल्या मला आपण एक नौके समान आहात आणि त्यावर श्री. हनुमंतनी प्रभू रामचंद्रांचा अभय व प्रेम रुपी संदेश सीता माईला दिला. असा हा रामाचारीत मानस मधला करुण रस भक्ती नि ओत प्रोत आहे. दास भक्ती सदा भक्तच्या हृदयात अशीच ओतप्रोत भरलेली आहे.

कांता सक्ती - पूर्वी सांगितले नुसार कान्त भावं वा मधुर प्रीती रस म्हणून ही ओळखली जाते. भक्ती रसात माधुर्य भक्ती म्हणून ओळखली जाते ती हीच पण त्यात ही कृष्णा चि मुरली माधुर्य प्रीती ही सर्वोत्तम प्रीती ओळखली जाते.

रुक्मिणी, सत्यभामा ह्या श्री कृष्णाच्या पत्नी कांता सक्ती चं उदाहरणं होय.

सख्यां सक्ती - कित्येक भक्त भगवंत माझा सखा आहे मि भगवानताचा सखा आहे हा भाव ठेवून भक्ती करतात. सुरवातीला सुदामा चं स्वागत आणि ब्राह्माण पूजन हा प्रसंग आपण बघितला ती सर्व सख्या भक्ती होय. तसेच अर्जुन ही सखा होता.. संत ज्ञानेश्वर काय म्हणतात पहा अध्याय ११,ओ१६५-१७२.व्यास शिष्य संजय अर्जुनाच्या

सख्यात्वाबद्दल वर्णन करतात "अहो महाराज मला हा विस्मय पुनः पुनः वाटतो, कि लक्ष्मी पेक्षा भाग्यवान कोणी आहे कां अथवा भगवाद वर्णन करण्यात श्रुती पेक्षा कोणी श्रेष्ठ आहे कां. योगी तर अष्ट प्रहर त्याचे ध्यान लावून बसलेले असतात. तसेंच शेष, गरुडा सारखा अखंड सेवा करणारा कोणी आहे कां पण आज असा प्रकार आहे कि सर्व देवापासून दूर सारले गेलें. ज्या दिवसापासून पांडव आलें आहेत तेंव्हा पासून सर्व कृष्णसुखं त्यांचंच केंद्रात एकत्रित झाले आहे. त्यातल्या पाचताही श्रीकृष्ण अर्जुनाच्या एव्हढया ताब्यात गेला आहे कि एखाद्या कामुकला त्याची स्त्री जशी आपल्या पूर्ण ताब्यात ठेवते त्या प्रमाणे, जास्त काय सांगावं शिकलेले पाखरू ही एखादे वेळी बोल म्हटलं तर बोलणार नाही, किडा मृगही चाल म्हटल्याबरोबर चालणार नाही, पण भगवान अर्जुनाच्या पूर्ण ताब्यात गेला आहे. अर्जुनाच्या मुखातून निघालेला प्रत्येक शब्द हा झेलत आहे. हा रागावला तरी तो श्रीकृष्ण राग सहन करतो, रुसला तर त्याला समाजावण्याचा प्रयत्न करीत असतो, आश्चर्य हे कि या देवाला अर्जुनाचे वेडच लागलं आहेकि काय असे वाटते '.सख्या भक्ती मध्ये उभायता मित्रांमध्ये आकर्षण असते, त्यात स्वार्थ, लोभ, मत्सर इ विकारांना अजिबात थारा नसतो. ते एकमेनाकरिता एकमेका संपूर्ण त्यागास सिद्ध असतात.

निरपेक्ष भक्ती वा मैत्रि चं हे नातं असतें. मग ते दोन कोणीही असोत. मित्र- मैत्रीण, मैत्रिणी मैत्रिणी, दोन मित्र, अगदी बाप लेक वा माय लेक वा पिता पुत्र, वा गुरु आणि शिष्य ह्या सर्व जोड्यामध्ये शेवटी उरते ती निरपेक्ष प्रीती वा मैत्री. आणि खरंच आहे पहा ना आज जरी आपण भक्ती करत नसलो तरी असं मैत्रि चं नातं प्रत्येक जण त्याचं जीवनात एकदा तरी अनुभव घेतोच हे नवीन नको सांगायला.ही निवळं मैत्रीच भक्ती मध्ये बदलू शकते हे चं आपण ह्या सूत्रातून शिकत आहोत. अपेक्षा आलि कि दुःख आलें पण कोणत्याही नात्यात अपेक्षा विरहित जगणं असेल तर ते नातं नुसतंच फुलत नाही,तर तर ते भगवद भक्तीत रूपातरित होत. आणि अश्याच प्रकारे आपले राग, लोभ, मस्तरं, क्रोध ह्यांना आवर नं घालाता त्यांना परिवार्ती करायचं आपण शिकलो कि आपोआप चं नारद म्हणतात तसे षड रिपू ना, विषयसक्त वृत्तीना, कामं क्रोधदी जड सक्तीला भक्तीत रुपानंतर करण आपोआप घडत. विनसाये सध्य होते ती सख्या भक्ती.

वात्सल्य सक्ती -ज्यांच्या महादभाग्याने उदारी भगवानंताने अवतार धारण केला अश्या काही भाग्यवंताना हा आनंद प्राप्त झाला आहे. पुराणातून कश्यप -आदिती, दशरथ- कौसल्या, नंद -यशोदा, वसुदेव -देवकी, सुमती -अप्पाळराज इ नावे आढळतातं. ह्याकरिता ह्या माता पित्यानी अनंत वर्षे थोर तप केले होते.

आत्मनिवेदन सक्ती -नववीधा भक्ती मध्ये ही शेवटची भक्ती प्रह्लाद णे सांगितली आहे.आत्म निवेदन करण म्हणजेच आपल्यातील असलेल्या परमात्म शि संवाद साधण होय. हजारोतून एखादाच भक्त असा तद्रूप होऊन प्रेमात असलेल्या आपल्या चं परम त्तावाशी एकरूप होऊ शकतो. ही एकाकाकार भक्ती निर्गुण भक्ती होय.बरेच जन्मं माणसाचे जावे लागतात तेंव्हा त्याच देहाभिमान जाऊन ईश तत्वाची रोपणी होते. जोपर्यत आपण मि देह आहे ही जाणीव तोपर्यत हा भक्ती भाव येऊ शकत नाही. आपला सगळा प्रपंच हा ह्या नश्वर देह आणि देहात्म भावनेत जातो. पण जो ईश्वराला खरां जाणतो त्याच दर्शन तो स्वतःमधेच घेतो म्हणून नारादांनी पहिलेच म्हटलं आहे ही भक्ती म्हणजेच आपल्यातील असलेले परम प्रेम होय.' सांडूनि मीठ पणाचा लोभू!मिठे सिंधुत्वा चा घेतला लाभू!तेवी अहं देऊनी मि शंभु! शाम्भवी झालो!"अमृतनुभव, प्र.१. आत्म निवेदनाचे बीज ह्या जाणिवेत आहे.

खरां प्रेमी भक्त भगवंत हाच केवल आपला आत्मा आहे, त्याच्या विना माझे कोणतेही अस्तित्व नाही, मि किंव्हा माझे म्हणून जे आहे ते सर्व त्याचेच आहे म्हणून प्रसंगनुसार सर्व त्यालाच अर्पण करीत असतो.

बळी,बिभीषण राजा ह्यांचं उदाहरणं दिलं जाते.अनेक भक्तांनी आत्म निवेदन भक्ती केली आहे किंबहुना त्या विना खरी भक्ती होऊ शकत नाही.

परम विरहा सक्ती - खर तर परमात्म्या पासून आपण विलग आहोत हि भावांनाच परम विरहा सक्ती च कारण बनते . भक्त अगदी व्याकुंल अवस्थेत जरी परमात्मा स्मरण करत असला तरी जो आत्मा त्या ईश्वरापासून दूर आहे , त्या परमेश्वरी शक्तीचा ,बुद्धीचा ,आणि प्रेमाचा तो साक्षीदार बनतो खरा पण तिच्या पासून दूरच राहतो , हा विरह ताप आधी भौतिक ,आधी दैविक व अध्यात्मिक स्वरूपाचा हि असतो. या

तापापासून मुक्ती केवळ आणि केवळ भगवत चरणांपाशी आहे हे त्याला उमगून समजून त्याची जी ज्ञानोत्तर भक्ती होते ती परम विरहा सक्ती होय .

उद्धवः उवाच ।

ज्ञानं विशुद्धं विपुलं यथा एतत्!

वैराग्यविज्ञानयुतं पुराणम् ।

आख्याहि विश्वेश्वर विश्वमूर्ते!

त्वत् भक्तियोगंच महत् विमृग्यम् ॥ ८॥

तापत्रयेण अभिहतस्य घोरे

सन्तप्यमानस्य भवाध्वनीश ।

पश्यामि न अन्यत् शरणं अन्यत् शरणंतवाङ्घ्रि!

द्वन्द्व आतपत्रात् अमृत आतपत्रात् अभिवर्षात् ॥ ९॥

श्रीभगवान् उवाच ।

यदा आत्मनि अर्पितं चित्तं शान्तं सत्त्व उपबृंहितम् ।

धर्मं ज्ञानं सवैराग्यम् ऐश्वर्यंच अभिपद्यते ॥ २५॥

यत् अर्पितं तत् विकल्पेइन्द्रियैः परिधावति ।

रजस्वलं च आसन् निष्ठं विद्धि विपर्ययम् ॥२६॥

धर्मः मद्भक्तिकृत् प्रोक्तः ज्ञानं च एकात्म्यदर्शनम् ।

गुणेषु असङ्गः वैराग्यम् ऐश्वर्यंच अणिम् आदयः ॥ २७॥

उद्धव विचारतो हे विश्वेशर मला त्या विमल विशुद्ध ज्ञानाचा उपदेश कर ,त्रिविध तापातून मुक्त होणारा तुझा भक्ती योग हि सांग .त्यावर योगेशवर हे सांगतात कि हे उध्दव जो सत्विकी बुद्धी करून मला भक्ती अर्पण करतो त्याला सर्व ऐश्वर्य ,ज्ञान ,व दैवी प्रेम प्राप्त होते .ह्या उलट जे करतो त्याची राजसिक वृत्ती सर्व इंद्रियापाठी धावते .

परम विरहाचा आणखीन हि एक अर्थ असा सांगितला जातो .ब्रहम

वैवर्त पुराणात श्री.कृष्ण जन्म खंड ह्यात उल्लेख आहे राधे कृष्ण ह्यांचा परम विरह .श्री राधा हि परम प्रेम आणि शक्ती ज्ञान युक्त अस श्री कृष्ण एकच मानल जाते . शिव पार्वती शिव शक्ती तसेच श्री राधा श्री कृष्ण .श्री राधा हिची अनेक रूप हि आहेत व सहत्स्र नावे हि .श्री राधा राणी किंव्हा महाराणी, श्यामा, चिन्मया, चितशक्ती.. अशी अनेक.

श्री कृष्ण व श्री राधा हे एक रूपं आहेत. त्याना एकमेकांपासून चि परम विरह भक्ती हे त्याच उदाहरण सांगितलं आहे. म्हणून श्रीराधे कृष्ण असा जयघोष केला जातो.

एक सुफी संत म्हणातात -आदी मैं जो न होती राधे कि रकार ,तो राधे शाय्म आधे शाम ही रहे जाते!

सूत्र - ८३ कुमार-व्यास-शुक-शाण्डिल्य-गर्ग-विष्णु-कौण्डिण्य-शेषोद्धवारुणि-बलि-हनुमद्-विभीषणादयो भक्त्याचार्याः ।

कुमार -ब्रहमा पुत्र सनत, सनंदन, सनातन, सनतकुमार ही त्यांची नावे होत. ह्या कुमारांची जन्मं जातं रुची भगवाद गुण श्रवण कीर्तन होती. भगवान सोडून अन्य विषयात त्यांचे चित्त जातं नव्हते. त्यांच्या मुखातून हरि शरणं हा मंत्र बाहेर पडत असे. त्यांच्या वर कालचा प्रभाव पडत नसे. त्यांची कुमार अवस्था अखंड राहिली सर्व लोकात त्यांचा संचार होतं. नारादांना भागवत त्यांनीच सांगितले. छादोग्या उपानिषादत आत्मा ज्ञान चं उपदेश त्यांनी नारदांना केला असं उल्लेख आहे. नारदांचे ते गुरु मानले जातात. म्हणून भक्त आचार्यमध्ये त्याचं प्रथम निर्देश केला आहे.

व्यास - व्यास चे चरित्र आरंभी तसेच सोळाव्या सूत्रात आलेले आहे. अठरा पुराणातून त्यांनी संपूर्ण भक्ती योगाचा विचार केला आहे. अनंत भक्तांची चरित्रे व त्या त्या भक्तांची निष्ठा किती श्रेष्ठ होती इ विचार

विस्तार पूर्वक सांगितले आहे. व्यास स्वतः ही महान भगवद भक्त होते.

शुक -पुराणातून शुकचार्याचं अनेक कथा आहेत. व्यासपुत्र व माता वाटिका ह्यांच्या उदरात गर्भ अवस्थेत त्यांना सर्व ज्ञान झालेले होते, जसे आपण बाहेर येऊ तशी वैष्णवी माये मुळे सर्व विस्मारण होईल आणि पुनः जन्मं मृत्यू च्या फेऱ्यात आपण सपाडू हे त्यांना चांगले अवगत होते म्हणून जन्मं घ्यायला तयार नव्हते. पण नारदांच्या मुळे श्री. नारायणाची अभय वरदान प्राप्त झालेले त्यानुसार त्यांनी योनी तुन बाहेर यायचं ठरवले आणि जन्म झाला.

जन्म होताच ते वनात गेलें. तपाचरण केले. वेद व्यसांनी शुकांला परत आणलं आणि भागवत सांगितले. भक्ती प्रेमाचा उपदेश केला. पुढे शुकदेवानी राजा परीक्षिताला सात दिवसात भागवत कथा सांगून भक्ती शास्त्र अजरामर केले.

म्हणून त्यांनी सांगितलेलं भागवत हेच भक्तिशास्त्र म्हटलं जातं.

शांडील्य -शंडील्या भक्ती सूत्रे ह्या आधी रचली गेली आहेत त्याचा उल्लेख आधी आला आहे. बाकी तसा त्यांचा उल्लेख आढळत नाही.

गर्ग -गर्ग आचार्य म्हणजे कृष्ण यादव कुळाचे गुरु. श्रीकृष्णाची मुंज त्यांनी केली असं ऐकल आहे. यादव कुलाचार करणारं गुरु म्हणून गर्ग आचार्य आहेत चं शिवाय त्यांनी संहिता ही लिहिली आहे गर्ग संहिता ह्या नावाने कृष्ण भक्ती पुरसर ग्रंथ लिहिला. ह्यात श्री राधा व श्री कृष्ण त्यांच्या कथा सापडतात.. इतरांत्र ने सापडणाऱ्या कृष्ण कथा त्यात सापडतात.विरहसक्ती चं उल्लेख करताना श्री राधा परम विरहसक्ती रह्स्य ही त्यात आहे.

विष्णू -भक्ती पंथात विष्णू चा उल्लेख कुठेही सापडत नाही. पद्मा पुराण व स्कंद पुराण विष्णुदास नामक ब्राहमण भक्त श्रीरंग अनंत शयन चा उपासक होता. कदाचित नवं नारायण पैकी एक विष्णू असावेत ज्यांनी बादरिका आश्रमात घोर तप केले. म्हणून त्यांचा भक्ती आचार्यात उल्लेख केला असावा असे वाटते.

कौन्डीक्य -शंडील्य ऋषीं शिष्य म्हणून ज्याचा बृहद आरण्यक उपनिषादत उल्लेख आहे. तन्मयसक्ती ही त्यांची भक्ती उपासना होती

असे म्हटले जाते.

शेष -कश्यप पुत्र शेष हा निरनंतर नाग असून ह्याचे पातळात वास्तव्य असते असं म्हटलं जातं. शे्षाने पृथ्वीला मस्तकार धारण केले आहे व क्षीरसागर येथे वास करतो असे म्हणातात. श्री महाविष्णू अनंत नाग शेषावर शयन करतात. राम अवतारत लक्ष्मण हा शेषवातर मनाला जातो भगवत सेवा करायाला सदैव तत्पर असा हा शेष नाग भक्ती आचार्यात प्रमुख आहेत.

उद्धव -भगवद भक्ती मध्ये यादव कुळातील देवभागाचा पुत्र उद्धव फार श्रेष्ठ मानाला जातो.. बृहस्पती कडून नीती शास्त्र अध्ययन केलेले उद्धव श्री कृष्णा परम भक्त होते.

वृदनावनात असलेल्या गोपं गुपिना श्री कृष्णाच्या सांगण्यानुसार जेंव्हा उद्धव भेटतो तेंव्हा त्यांची श्रीकृष्ण भक्ती पाहुन एकच वरदान श्रीकृष्ण भगवाना कडे मागतो 'जर परत कधी मला तु जन्म देणार असशील तर वृंदावनातील तृण वत मला कर जेणे करून हजारो भक्त गोपं चि चरण धूळ मला प्राप्त होईल 'तसेच श्रीकृष्णाला विनंती करतो कि माला ही तूझ्या निजाधमाला घेउन जा, तूझ्या शिवाय ह्या लोकी एक क्षणही जाऊ शकत नाही.' पुढं श्री कृष्ण उद्धवलाही ते संपूर्ण ज्ञान, अध्यात्म, भक्ती, योग उपदेश करतात जीं उद्धव गीता म्हणून प्रसिद्ध आहे. अत्यंत आवडता भक्त म्हणून उद्धवांचे भक्ती आचार्य मध्ये नाव घेतले जाते.

आरुणी - एका भक्ती संप्रदायत निंबाकचार्य हे आरुणीचे अवतार मानले जातात.

हृदकमल असलेल्या अष्ट कमल दल चक्रावर आरुणीने भक्ती उपासना केली असे ऐतरीय उपनिषद वर्णन आहे.

बली - वामान अवतार आणि बली राजा कथा आपल्याला ज्ञात आहेच. बळी चि आत्म निवेदन पर भक्ती होती.

हनुमान -महारुद्र श्री. हनुमान ह्यांच्या भक्ती बद्दल काय सांगावे.दास्य भक्तीचे सर्वोत्तम उदाहरणं म्हणजे श्री. हनुमान.सुंदर कांड रामायणातील सीता माई स्वतः हनुमानला रामाचा दास म्हणावतात हे

वर्णन मागे आपण पहिले.चिरंजीव हनुमान व आश्वाथामा ह्याचे आजही कलियुगात अनेकांना दर्शन झालेले आहे अशी वर्णने आहेत. साक्षात्कारी देवता भक्ती आणि शक्ती युक्त देवता म्हणून आजही हनुमानताचे देश विदेशातही अनेक उपासक आहेत.

विभीषण - लंका आधीपती रावणाचा बंधू म्हणून प्रसिद्ध आहे. रावणा सोबत ह्यानेही घोर तप करून ब्रह्म देवाला प्रसन्न केले व वर प्राप्त केला कि माझी बुद्धी नेहेमीं सद्धार्मात राहावी. एकाकीकडे रावणा चा रोष आणि दुसरी कडे श्री प्रभुरामावर निष्ठा, परम भक्त म्हणूनच मानले जाते. आत्म निवेदन भक्ती हेच त्यांच व्रतं होते.

अश्या अनेक भक्ती आचार्याला योग्य नावे आहेत पण सर्वांचेच उल्लेख करण शक्य नसल्याने नारदानी त्या अनेकांना आदी ह्या शब्द तुन व्यक्त केले आहे.

तात्पर्य भीष्म, प्रह्लाद, ध्रुव, विदुर, संजय, रतीदेव, अंबारीश, जांबुवंत, शबरी, असे अनेक भक्त होऊन गेलें. त्यांचाही अधिकार तितकाच श्रेष्ठ होता.

सूत्र -८४

य इदं नारदप्रोक्तं शिवानुशासनं विश्वसिति श्रद्धते स भक्तिमान् भवति सः प्रेष्टं लभते सः प्रेष्टं लभते ।

जो या नारादांनी सांगितलेल्या मंगलमय उपदेशावर विश्वास ठेवतो, श्रद्धा ठेवतो तो आपल्या प्रियंतमाचा लाभ मिळवतो.

सूत्रांच्या शेवटी इति या अव्ययचा प्रयोग झाला आहे. आरंभा करता अथ व समाप्ती करतं इति हा शब्द प्रयोग ग्रंथाकार करत असतात त्यानुसार इथे ही आलेल आहे.

तसेच ग्रंथ कार आपला नाम निर्देश करंतो त्यानुसार नारद प्रोक्त हा शब्द प्रयोग आला आहे.

भक्ती मार्गतला नारदांचा अधिकार आधीही आपण बघितलं आहे त्यानुसार नारदांनी सांगितलेली भक्ती सूत्रे हा शिव अनुशासन मंगलमय उपदेश आहे.

शिव शब्द चा अर्थ मंगल मय, कल्याणकारी, शुभं, इ अनेक संभावातात. त्यानुसार नारदानी सांगितलेला प्रेम भक्ती योग जीवनात मांगल्ये आणणारा कल्याण रूपं असा आहे.हा शान्ति रूपं व परमा नंद रूपं ही आहे हे सूत्र साठ मध्ये आलेलं आहे.

दुसरा अर्थ असंही सांगितला जातो कि प्रत्यक्ष भगवान शंकरांनी भक्ती तत्वाचा उपदेश नारदांना केला असे ब्रह्म वैवर्त पुराण व पद्मा पुराणात आले आहे.

ह्या वरून हे प्रेमायोग दर्शन परंपरा प्राप्त आहे. यात भक्ती योगाचा सर्व अंगाने विचार केला आहे.

जो ह्याचे ठिकाणी श्रद्धा ठेवतो, विश्वास ठेवतो त्याला कोणता लाभ होते ते ही शेवटी ग्रंथ नियमानुसार नांदी, प्रस्तावना , स्वरूप व महात्म्य, कथा, साधना, परम भक्ती वा मुख्य भक्ती, भक्ती प्रकार, भक्ती आचार्य, शेवट फलश्रुती नि झालेला आहे.

या प्रमाणे श्री नारदांनी सूत्र रूपाने सांगितलेल्या भक्ती स्वरूपाचा, तिच्या प्राप्तीच्या साधनाचं आणि तिने प्राप्त होणाऱ्या अपूर्व फळाचा विचार ह्या 'नारदीय भक्ती सूत्र भावधारा 'पुस्तक रूपातून पूर्ण झाला.

श्री हरि हरार्पणं अस्तु

जय बाबाजीं

शुभं भवतु

शुभं भवतु 🙏🙏🙏

Printed by Libri Plureos GmbH in Hamburg,
Germany